52 CÂU CHUYỆN DƯỚI CỜ

THỊ NGUYÊN NGUYỄN ĐÌNH KHÔI

52 CÂU CHUYỆN DƯỚI CỜ

52 CÂU CHUYỆN DƯỚI CỜ
Tác giả: Thị Nguyên Nguyễn Đình Khôi
Tủ Sách Phổ Hòa ấn hành 2019
Bìa và trình bày: Bodhi Media
Tâm Thường Định - Nhuận Pháp - Quảng Pháp
ISBN: 978-0-359-47881-1

Mục lục

Kính dâng
Thượng Tọa Bổn Sư THÍCH GIẢI TÂN

Ân Sư
HẠNH THIỆN TRẦN TRỌNG HẢI

MƯỜI ĐIỀU TÂM NIỆM CỦA HUYNH TRƯỞNG

1. Tin vào đạo - Tin vào Gia Đình Phật Tử
2. Thông suốt đường lối của Gia Đình Phật Tử
3. Tránh sự huyễn dụ của tà thuyết
4. Yêu nghề dạy trẻ
5. Trau dồi kiến thức
6. Tuân kỷ luật, chịu huấn luyện
7. Phát huy sáng kiến
8. Tổ chức đời sống
9. Làm việc có kế hoạch
10. Tác phong nghiêm chỉnh

MƯỜI ĐIỀU TÂM NIỆM CỦA PHẬT TỬ

(Trích trong Luận Bảo Vương Tam Muội)

1. Nghĩ đến thân thể thì đừng cầu không tật bệnh, vì không tật bệnh thì tham dục dễ sanh.

2. Ở đời đừng cầu không khó khăn, vì không khó khăn thì kiêu sa nổi dậy.

3. Cứu xét tâm tánh đừng cầu không khúc mắc, vì không khúc mắc sở học khó thành tựu.

4. Sự nghiệp đừng mong không bị chông gai, vì không bị chông gai thì chí nguyện không kiên cường.

5. Làm việc đừng mong dễ thành, vì việc dễ thành thì mất đạo nghĩa.

6. Với người đừng mong thuận chiều ý mình, vì được thuận chiều ý mình thì tất sanh tự kiêu.

7. Thi ân đừng cầu đáp trả, vì cầu đáp trả là thi ân

mà có mưu tính.

8. Thấy lợi đừng nhúng tay, vì nhúng tay vào là hắc ám tâm trí.

9. Oan ức không cần bày tỏ, vì bày tỏ thì hèn nhát mà trả thù thì oán đối kéo dài.

Bởi vậy Phật đã thiết lập Chánh Pháp, lấy bệnh khổ làm thuốc hay. Lấy hoạn nạn làm thành công. Lấy gai góc làm giải thoát. Lấy ma quân làm đạo bạn. Lấy khó khăn làm sự tác thành. Lấy bạn tệ bạc làm người giúp đỡ. Lấy kẻ chống nghịch làm người giao du. Lấy oan ức làm đà tiêu thú. Thế nên ở trong chướng ngại mà vượt qua tất cả.

Đức Thế Tôn được giác ngộ chính trong mọi sự chướng ngại ương quật hành hung. Đề Bà quấy phá mà Phật đã giáo hóa cho thành đạo tất cả. Như vậy há không phải sự tai nghịch là sự tác thành, mà sự khấy phá là sự giúp đỡ cho ta.

Ngày nay những người học đạo trước hết không dấn thân mình vào mọi sự trở ngại, nên khi trở ngại sắp tới thì không thể nào đối phó. Chánh pháp chí thượng vì vậy mà mất cả. Đáng tiếc đáng hận biết bao.

Lời mở đầu

Kính thưa các anh chị Huynh trưởng. Thưa tất cả các đạo hữu phụ huynh. Nguyên tôi là một đứa trẻ nhà quê nghèo khó. Lúc bảy tuổi, tôi theo chị giữ cháu, chị tôi dạy tôi học từ chữ a, b... cho đến khi biết đọc biết viết, làm toán, và bắt đầu ham học. Trong ngôi trường quận, thi vào lớp đệ thất trường tỉnh, chỉ có mình tôi trúng tuyển. Nhưng năm sau vì gia cảnh, mẹ tôi định cho tôi nghỉ học.

Mùa thu năm ấy mẹ tôi đi thăm ngôi chùa mà tộc họ ngoại của tôi có cúng chiếc Đại Hồng Chung gia bảo ở đấy. Tôi gặp cư sĩ Trần Trọng Hải và tổ chức Gia đình Phật tử. Vào dịp này, nhờ sự động viên của thầy, các anh chị, mà tôi đã ra sức học tập.

Tại đây, mỗi tuần tôi được nghe hai câu chuyện. Một câu chuyện dưới cờ do cư sĩ truyền đạt cho một Huynh trưởng và Huynh trưởng này truyền đạt đúng như ý thầy muốn. Suốt cả buổi, sinh hoạt cứ theo thời biểu tu học đã phổ biến mà tiến hành. Cư sĩ theo dõi rất sít sao mọi diễn tiến sinh hoạt cùng Gia trưởng và Liên Đoàn trưởng.

Cuối cùng, trước khi chia tay chúng tôi được nghe câu chuyện chia tay. Cả hai câu chuyện, không chuyện nào dài quá năm phút.

Tôi lớn lên được họ hàng thương, xóm làng yêu mến phần lớn nhờ vào các câu chuyện như thế này. Mỗi tháng cư sĩ thường đích thân dẫn tôi đi thăm vị bổn sư. Vị bổn sư cũng có những thời pháp rất ngắn, và thế vào sự giải thích bằng những tích truyện bàng bạc khắp chư kinh. Kể đến đâu, thầy nói xuất xứ rõ ràng, khiến tôi ham thích tìm đọc chánh văn, từ đó mà được gần gũi với kinh sách và sống đời chay tịnh.

Dù cho cuộc sống có trăm chiều gian lao chìm nổi, tôi vẫn thấy yêu đời, yêu người, mến vật, cuộc đời tươi đẹp và hạnh phúc.

Hạnh phúc nào phải đến bằng những ngày tháng êm ả, không có chướng ngại, bất như ý. Có điều ta đón nhận những bất hạnh bằng sự thanh thản hoan hỷ vì ác nghiệp đời trước ngày một được giải trừ, không chạy trốn hay tìm cách đối kháng để oan trái ngày một chất chồng.

Giờ đây, chiến tranh ngày một leo thang, đất nước ngập chìm trong khói lửa, nhân phẩm và sanh mạng con người bị xem rẻ. Hận thù chồng chất. Yêu nước, thương dân, quý trọng sự sống mà ngày đêm giết nhau bằng vũ khí của kẻ khác, làm nghèo mạt đất nước. Văn hóa và đạo lý dân tộc bị phá sản, với tôi bên này hay bên kia đều có tội với đất nước, với dân tộc, với tổ tiên giống nòi.

Đức Phật dạy, người Phật tử không nên tin và y nương vào thiên thần quỷ vật. Không nên tin vào tổn hữu ác đản, mà nên tin rằng mọi vật không rời nhân duyên mà có, không rời nhân quả mà thành. Tu là không gieo nhân hạnh phẩm sân, ngược lại làm việc thiện lành quả phúc sẽ đến.

Tất cả tương lai là ở trong tay ta, chỉ có tham lam, sân hận và ngu si là kẻ thù của ta, mà chỉ có chính ta mới loại trừ được nó không có một thế lực nào giúp ta khi tự thân ta không nỗ lực tin mình.

Tôi chọn thế hệ trẻ, chơi với trẻ, học với trẻ và làm việc với trẻ, mớm cho trẻ, chỉ cho trẻ tự phát huy những điều mà chúng thấy nên làm hay nên tránh.

52 câu chuyện dưới cờ được ra đời vì hai lý do: Thứ nhất là để hồi hướng công đức về hai vị bổn sư và ân sư, thứ hai là để giúp cho Huynh trưởng có thêm vốn liếng trên con đường sinh hoạt, phục vụ tổ chức đạo pháp và dân tộc.

Rất mong được sự chỉ điểm của các anh chị cùng

quý vị về những thiếu sót sai lầm có hại cho sự nghiệp giáo dục thế hệ trẻ con em chúng ta.

Trân trọng.

Sài Gòn mùa thu
Năm Quý Sửu 1973
Thị Nguyên

1.

Ngày xưa, dân ta có truyền thuyết rằng: Tất cả thú vật và con người đều có thể thông hiểu ngôn ngữ của nhau.

Tâm hồn chúng sanh thanh thoát nhẹ nhàng, ham vui làm việc thiện lành tốt đẹp.

Trong kho tàng truyện cổ nước ta có câu chuyện khuyên người nên "ăn nói phải thời".

Chuyện kể lại: Một hôm đến ngày kị cơm vợ, sau khi đi chợ sắm sửa thức ăn, nấu nướng cúng kiến đã xong. Chuột nhớ vợ mũi lòng muốn khóc, các con thì còn nhỏ chưa cảm biết hiểu được nỗi thương lòng của cha. Chuột cha lại quá nghiêm, nên chả đứa nào bạo gan dám lên tiếng chia xẻ đối với vết thương lòng của cha. Bỗng chuột nhìn xuống bờ hồ thấy bác cóc đang thong dong thả bộ. Chuột bèn chạy tuột xuống gốc cau (nhà chú chuột trên ngọn cau cao), đến bờ hồ cung kính vái chào bác cóc vàng cùng tỏ lời mời bác cóc về nhà dùng chút rượu cho vui.

Vốn cách xa đã lâu, lòng vẫn thấy nhớ thương thế

nào, nhất là chú chuột vóc dáng thân thể thấy có ốm om gầy, phờ phạc hơn dạo trước, cóc hoan hỷ nhận lời.

Khi đến gốc cau, cóc lắc đầu quầy quậy "Xin lỗi, cám ơn bác, có điều trèo cây nào phải nghề của tôi, xin để cho dịp khác". Chuột phân trần: "Bác đừng ngại, cứ ngậm chặt đuôi tôi, khi tôi vào trong nhà, bác đã tọa vững chắc, hồi đó mới nhả đuôi tôi, chúng ta tha hồ đánh chén, khi về thì bác ngồi trên lưng tôi, ôm chặt lấy mình tôi, xuống đến gốc cau thì chúng ta giã từ". Cóc suy ngẫm: "Âu đây cũng là chuyến du hành kỳ thú".

Khi lên vừa đến nhà, bốn chú chuột con thấy khách, nhớ lời cha dặn, bèn kéo nhau ra cửa vòng tay cúi đầu chào bác cóc. Cóc thấy sắp nhỏ con chuột lễ phép, bèn nói lời khen tặng, nhưng mới há miệng bác đã rơi xuống gốc cau, xương sống bác đùn lại, da thịt bác lại nhô lên, máu mũi tươm ra, bác phải ngồi xổm suốt đời, không còn khoan thai đi lại như trước đây, mỗi khi trời trở mưa, bác thấy toàn thân đau buốt, bác phải kêu khóc rên rỉ cho vơi bớt nỗi nhức nhối trong thân.

Bác cóc thấy con bạn ngoan nên khen là đúng, nhưng chỉ vì nói chưa phải lúc mà họa tai còn đến, suýt làm mất mạng.

Cho nên giờ nào thì việc nấy, chớ bao giờ nô đùa phá phách hoặc lén lút đùa giỡn trong lớp học, trong lúc làm việc. Tai họa sẽ đến lớn hơn nhiều. Xin anh chị em, cháu ghi nhớ ăn nói phải ngay thực và đúng thời nghĩ là cần thiết vậy.

2.

Muốn cuộc sống ngày một hòa ái an lạc yên vui, anh chị em ta chớ nên dùng lời xấu ác nặng nề xúc phạm đến kẻ khác. Bởi khi sân tâm vừa dấy khởi thì nội tạng ta liền bị tổn thương, chưa nói khẩu nghiệp sẽ tự ràng buộc ta trong kiếp sau này.

Trong Kinh Tứ Thập Nhị Chương, có câu chuyện kể lại rằng:

Một ngày kia, Phật cùng các cao đệ của ngài đang du hóa qua một vùng hoang du. Nơi đây là giang sơn của một đạo sĩ Bà La Môn có nhiều phép thần thông biến hóa. Xưa nay ông chưa từng thua ai trong lãnh vực thần thông và biện bác. Ông ta lại nghe dân chúng đồn rằng Thế Tôn là bậc Giác Ngộ, giải thoát, Thầy của trời người, Giáo chủ cõi ta bà. Ông không tin và muốn gặp Phật để thử tài thấp cao.

Phật biết qua đây sẽ có chuyện xảy ra nên dặn đồ chúng yên lặng và chỉ làm theo lời ngài.

Khi bị vị đạo sĩ chặn đường đòi tỉ thí thần thông, Phật không trả lời và trải tọa ngồi tham thiền, các môn đồ của Ngài cũng vậy. Vị đạo sĩ tức giận dùng nhiều lời lẽ xấu ác xỉ vả, khích bác Phật. Đến trưa, vị đạo sĩ mệt đem cơm ra ăn, Phật lại gần vị đạo sĩ nói: "Thưa ngài, tôi có một điều chưa hiểu, xin Ngài hoan hỷ chỉ bảo cho", vị đạo sĩ hoan hỷ cười dễ dãi và rất bằng lòng được chỉ bảo cho Phật, Phật hỏi: "Thưa Ngài, tôi sắm sửa lễ vật dâng biếu cho một người, họ không nhận, vậy của ấy đi đâu?". "Thì đem về xài chứ đi đâu". Vị đạo sĩ trả lời.

"Thế khi sáng Ngài dùng xú ngôn ác ngữ. Tôi không nhận, chúng đi đâu?". Phật hỏi.

Sau một lúc suy tư, vị đạo sĩ quỳ xuống đảnh lễ Phật sám hối và xin theo làm kẻ hầu tả hữu. Phật thương thuận nhận cho.

Tiền nhân ta thường nhắc câu: "Ngậm máu phun người, trước dơ miệng mình". Ấy chính là lời Phật thuyết để thuyết phục vị đạo sĩ này vậy.

Cho nên là Người chúng ta hãy dùng lời hòa ái, dắt dìu nhau, chỉ dẫn nhau làm tốt mọi việc lành, tận tâm, tận lực hòa giải mọi hiềm nghi đối khắc, phát triển mọi hạnh lành, phúc cho đời biết bao nhiêu ấy vậy.

3.

Bố thí mà để kẻ nhận tủi buồn là một hành động độc ác.

Bố thí để mọi người biết ta nhân từ là một hành động đạo đức giả.

Bố thí mà để cho kẻ khác mang ơn là có ý, mưu đồ.

Bố thí cho người hoan hỷ, ta mãn nguyện sung sướng, là tâm ta còn cầu hưởng quả nhơn thiện phước báu chưa đúng thành ý của Phật.

Cách đây đã hơn 30 năm, tôi có đọc cuốn Class de Francaise của thầy Phạm Tất Đắc có câu chuyện:

Có một người bộ hành gặp một lão ăn xin trên đường phố ăn vận bẩn thiểu chống gậy, thân hình chỉ có da bọc xương. Lão đứng không vững, mắt lão trắng dã, và những đường gân máu nổi lên trên võng mô giật giật. Lão chìa đôi tay run bần bật lên cầu xin người bộ hành bố thí.

Người bộ hành lật đật móc túi nhưng tiền không, đồng hồ không, một chiếc mùi xao cũng không, mổ hồi anh ta vã ra. Lão ăn mày cũng đứng đó. Anh ôm chầm cả hai tay lão ăn mày mà rằng:

"Người đồng bào ơi! Tôi chẳng có một thứ gì cả người đồng bào ạ".

Mắt lão già ăn xin sáng lên, và dịu lại, chan chứa một niềm hân hoan. Lão siết tay người bộ hành mà rằng: "Đừng buồn, tôi rất sung sướng, vì đó cũng là một cách bố thí người đồng bào ạ".

Đến đây lòng ta cảm thấy bàng hoàng một niềm xúc cảm sung sướng. Ta không còn phân biệt nổi ai là kẻ bố thí? Ai là người nhận sự bố thí! Bấy giờ chỉ còn tâm nguyện lớn là mong hết thảy chúng sanh thân tâm đều an lạc, không còn ai chịu quả báo đói rét đau thương. Đó mới chính là chân bố thí, hợp với báu hoài ba đời mười phương chư Phật vậy.

4.

Ở đời đừng tìm cầu những việc quá sức. Quá sức thì việc không thành tựu, không thành tựu thì phiền não rầu buồn phát sanh.

Lại chớ nên biếng lười. Biếng lười, thì việc không thành thường sanh tâm hối tiếc, việc đã muộn, thời đã qua.

Trong kinh Tứ Thập Nhị Chương có câu chuyện, nay tôi xin kể lại các anh chị trưởng toàn thể đoàn sinh lắng nghe và khó thực hành.

Thuở Phật còn tại thế, một đêm có thầy Sa Môn tụng kinh Di Giáo của Đức Phật Ca Diếp. Tiếng tụng gấp rút và buồn bã. Thầy nghĩ ăn năn muốn thoái bước, bỗng thấy Phật tiến về phía thầy, thái độ phóng khoáng, thanh thoát, khi gặp nhau Phật ân cần hỏi rằng:

- Ngày trước còn tại gia, ngươi từng làm việc chi?

- Bạch Thế Tôn, con làm nghề khảy đàn cầm ạ.

- Thế dây chùng quá thì nên làm thế nào?

- Bạch Thế Tôn, dây chùng quá đàn không kêu.

- Thế dây căng quá thì sao?

- Dây căng quá, bạch Thế Tôn, đàn bặt tiếng mất ạ.

- Thế chẳng chùng, chẳng căng dây trương vừa phải thì thế nào?

- Bạch Thế Tôn, trương vừa phải thì tất cả các âm thanh đều đầy đủ.

Thầy Sa môn học đạo cũng lại như vậy. Nếu tâm được điều hòa vừa phải thì mình có thể đạt đạo. Còn đối với đạo tâm mình gắt gỏng thì thân phải mệt mỏi ý sanh buồn phiền. Việc hành đạo vì thế thoái hủ. Tội tăng trưởng, vậy nên thanh tịnh an lạc thì đạo không mất.

Nhờ lời giáo huấn ấy mà không bao lâu sau vị Sa môn chứng đặng quả A La Hán.

Tinh tấn bất thoái nhưng không nên nóng âm thầm miệt mài làm việc chánh thiện. Cứu cánh niết bàn trong tầm tay mình vậy.

5.

Vô cớ quấy nhiễu người đã là điều quấy. Tác hại đến kẻ hiền lương lại càng quấy hơn.

Trong kinh Pháp Cú thí dụ có thuật lại một câu chuyện làm tỏ rõ nghĩa ấy.

Lúc Phật còn tại thế. Ngày kia có một người thợ săn vào rừng tìm mồi cùng với đàn chó dữ. Trên đường đi anh gặp một tăng sĩ. Trong suốt buổi anh không săn được gì. Lúc trở về anh gặp vị tu sĩ ban sáng. Anh nghĩ rằng vì gặp tu sĩ nên xui xẻo. Anh tức giận xua đàn chó tấn công vị tăng, vị tăng liền trèo lên cây. Anh lấy tên bắn vào chân vị tăng. Đau quá vị tăng loay hoay trên cây làm rớt cái y phủ trên người thợ săn. Anh chàng lo gỡ cái y ra, đàn chó ngỡ là người tu sĩ rớt xuống nên bu vào cắn xé. Một lúc sau người thợ săn chết ngay tại chỗ.

Khi đàn chó kéo nhau về cả, tăng sĩ mới tụt xuống cây sửa thi hài người thợ săn nằm ngay thẳng, lấy y đắp lên trên rồi trở về tịnh xá bạch Phật đầu đuôi câu chuyện xin Phật chỉ dạy cho: Hành động như vậy có gây nên ác nghiệp không?

Phật dạy: "Kẻ nào xâm phạm người ôn hòa trong sạch vô tội. Quả dữ dội trở lại kẻ cuồng dại ấy, như tung cát bụi ngược chiều gió, cát bụi sẽ bay vào mắt".

Chỉ có hành động nhân từ hòa ái biết nhẫn nhục, chịu đựng, quả cảm, dám hy sinh vì đại nghĩa mới đem lại quả vị an lạc, tươi vui và hạnh phúc.

Xin các anh chị em hãy thận trọng trong mọi hành động tạo tác ở đời vậy.

6.

Đứt ruột
Đoạn Trường (sách Phóng Sanh Văn Đồ Thuyết)

Hứa Chân ngày xưa còn bé thường hay đi săn bắn. Một hôm đi săn, ông bắn trúng một con hươu con, hươu mẹ đến lấy lưỡi liếm vết thương cho con. Hứa Chân núp trong bụi rình xem. Một lát sau hươu con chết. Hươu mẹ cũng lăn đùng ra đó mà chết luôn. Hứa Chân ngạc nhiên, lấy dao mổ bụng hươu mẹ ra xem. Thấy ruột hươu mẹ đứt ra từng khúc.

Hứa Chân xúc cảm trước tình thương mẹ con của loài cầm thú, nên rất đỗi ăn năn. Ông bẻ cả cung tên và quyết chí xuất gia kể từ ngày ấy.

Đoạn Trường (tức là đứt ruột) là chỉ một thảm trạng đau lòng cùng cực. Loài vật còn vậy huống hồ người ta sao đành ăn ở xấu với nhau.

Từ đó với anh chị em ta hết dạ thuận đễ, với bằng hữu ta hết dạ trung tín, với cha mẹ ta hết dạ hiếu thảo.

Cha mẹ là đấng sanh thành, không hiếu thảo là quên hết cội nguồn, vong thân, đáng trách.

Anh chị em tình như cốt nhục, nghĩa như thủ túc, chống kích không thuận hòa là vô đạo không tôn ti.

Bằng hữu tình như cá nước, nghĩa như Sơn Khê, không trung tín như cá mắc cạn, núi không suối khe.

Cầm thú mà xót xa nhau đến đứt ruột mà chết.

Người mà không tình lân mẫn thì sao bằng cầm thú, có khác gì sỏi đá, cỏ cây.

7.

Kính lễ

Lễ kính là cội nguồn của Hạnh Phúc. Lễ kính là cội nguồn của văn minh và tiến bộ, thiếu lễ kính là đầu mối của bất hòa, đổ vỡ.

Thiếu lễ kính là bước vào sai quấy, tàn bạo, sân hận, là thuốc hồi sinh giặc phiền não.

Chuyện Tề Tuyên Vương thăm chơi nhà Nhan Súc được kể dưới đây lột bày được một phần chân nghĩa ấy.

Tề Tuyên Vương một hôm đến nhà Nhan Súc chơi, ngài bảo:

- Súc bước lại đây.

Nhan Súc cũng bảo:

- Vua bước lại đây.

Các quan thấy vậy bảo:

- Vua là bậc chí tôn, Súc là kẻ hạ thần. Vua bảo Súc lại đây, Súc cũng bảo Vua lại đây, như thế có nghe được không?

Nhan Súc bảo:

- Vua gọi Súc mà Súc lại, thì ra Súc là người ham mộ quyền thế. Súc gọi vua mà vua lại thì vua lại là người quý trọng hiền sĩ. Nếu để Súc này mang tiếng là kẻ ham mộ quyền thế, sao bằng để cho vua được tiếng là biết quý trọng kẻ hiền tài.

Vua nghe lời cao ngạo giận lắm gắt:

- Vua quý hay sĩ quý?

- Sĩ quý, vua không quý.

- Có sách nào nói thế không?

- Tâu có: Ngày trước nước Tần cử quân sang đánh nước Tề có hạ lịnh "Ai dám đến gần mộ Liễu Hạ Huệ mà kiếm củi thì phải tội xử tử". Lại cũng có lịnh "Ai lấy được đầu vua Tề thì được phong Hầu và thưởng nghìn lạng vàng", như thế đủ rõ vua quý hay sĩ quý.

Nên rõ: Lễ kính là tôn trọng những giềng mối luân lý trật tự xã hội, chứ không phải luồn lót khúm núm làm mất phẩm cách con người.

Lễ kính không phải chỉ với người trên mà còn với kẻ dưới nữa.

Kẻ dưới không lễ kính với người trên là cao ngạo, không ai ưa. Tai ách có thể đến không ai lường trước được.

Người trên không lễ kính với kẻ dưới là xem khinh lễ kính, chạm tự ái gây bất phục, châm ngòi cho sự bất tín bất trung, gây bạo phản, kết quả cũng không lường trước được.

Tiền nhân ta xưa có dạy:

"Tiên học lễ, hậu học văn", là ôm ấp trao truyền cho hậu thế bản hoài thâm diệu ấy vậy.

8.

Dại khôn

"Trần thế tranh nhau nói dại khôn
Chẳng ai là dại, chẳng ai khôn..."
(Nguyễn Bỉnh Khiêm)

Trắng đen, phải quấy, đúng sai, chỉ là hai thực tại của cùng một vấn đề, chỉ duy có hợp với Không Thời hay không mà thôi.

Người trí biết cái lý ấy mà tiến thoái, xuất xứ phải thời thì thành nhân vậy. Trong sách Nam Hoa Kinh của ngài Trang Tử có câu chuyện rằng:

Một hôm Trang Tử cùng môn đồ ngoạn du ở một vùng đồi núi. Khi đến bìa rừng thấy có nhóm tiểu phu ngồi nghỉ mát dưới gốc cây cổ thụ. Thấy Trang Tử hỏi nhóm tiểu phu:

- Cây to thế này không đốn thế còn phải đi đâu?

Cả bọn cùng đáp:

- Cây này vô dụng không ai đốn làm gì nên nó mới thọ đến chừng ấy.

Thầy Trang Tử lặng thinh đưa môn đồ đến thăm một người bạn trên đường về. Được thầy ghé thăm, người bạn vô cùng mừng rỡ, sai gia nhân bắt chim quý làm thịt đãi khách.

Gia nhân thưa:

- Xin ngài dạy cho bắt loại chim biết gáy hay không biết gáy?

- Nên bắt loại không biết gáy.

Nghe vậy một môn đồ cung kính bước lên thưa cùng thầy:

- Cây đại thọ vì vô dụng mà sống lâu, còn chim vô dụng thì phải bỏ mình. Lý của đất trời mà mâu thuẫn thế sao?

Thầy ôn tồn bảo: "Các ngươi hãy lắng nghe: Khôn cũng chết, dại cũng chết, chỉ có biết là sống. Sông có khúc, người có lúc. Biết ở đây là biết lúc nào cần phải làm gì, khi nào cần tỏ ra khôn lanh, khi nào cần tỏ ra dại khờ, có vậy mới xứng đáng là bậc Đại Nhân".

Lưu Bị ngày xưa lúc còn ở với Tào Tháo, Bị thường lo tưới hoa trồng kiểng để che mắt Tháo. Một hôm Tháo đem việc anh hùng trong thiên hạ thảo luận cùng Bị. Tháo kết luận: "Nếu có anh hùng thì thời này ngoài Tháo và Bị ra không còn ai nữa". Nhân trời có sấm, Bị buông tay cho chén rượu bể tan tành.

Tháo hỏi nguyên do. Bị thưa vì nghe tiếng sấm nên giật mình. Tháo cho Bị không có đảm lược anh hào nên bỏ đi.

Quan Vân Trường, Trương Phi giận lắm, trách Bị là anh đã làm nhụt khí tiết anh em. Bị ôn tồn: "Các em không thấu được lẽ huyền vi trong hành động của anh đâu, đừng giận". Chính vậy mà Bị hưng được nghiệp đế. Kẻ thức thời thì hành động không trái lẽ. Hạnh phúc thành công nằm trong tay họ vậy.

9.

Rắn độc và vàng

Cần lao trong tư duy chơn chánh kết quả việc làm ấy đáng quý hơn vàng.

Tiền của bạc vàng không do sức cần lao của ta mà lại, hãy coi chừng, nó độc hơn rắn dữ.

Trong cuốn truyện cổ Phật giáo có câu chuyện mang tựa để như trên, nội dung kể lại rằng:

Ngày xưa lúc Phật còn tại thế, một hôm Đức Phật nhập thiền định quán, biết được hiện trong lúc trưa hè oi ả này có kẻ đang còn đi mót lúa ngoài đồng. Ngài muốn độ kẻ ấy, nên liền bôn ba ra đồng. Khi nghe có tiếng chân người lại, người mót lúa ngước nhìn và thấy Phật, lòng rất vui mừng cúi đầu đảnh lễ, Phật bảo:

- Hãy theo ta, tin ta tuyệt đối, người sẽ có hạnh phúc.

Anh nông dân vui mừng thọ nhận theo Phật. Khi đến một gò mối cao bên cạnh có phiến đá và một cây hoa dại, Phật bảo: "Đấy là vàng", anh vội vã nhổ cây hoa và bới đất lên. Được một lúc từ dưới đất phun lên một vòi nước. Khi chung quanh toàn là đất khô cằn, đầy sỏi cát. Đang bàng hoàng anh chợt thấy bóng Phật đã ra đi, anh vội vàng chạy theo. Con nước nhỏ vẫn rỉ rả chảy theo hướng Ngài. Đến một chỗ khác lại càng cằn cỗi hơn nhưng được chỗ bằng phẳng và không có đá sỏi. Phật chỉ xuống đất bảo: "Đây là vàng", anh lật đật đào nhưng không phát hiện ra vàng, nhìn lên Phật đã bỏ đi. Anh lật đật chạy theo, khi bắt kịp Phật lại bảo: "Đây chính thị là vàng", anh siêng năng đào, kết quả anh nhặt được trái bắp khô làm giống được cột gói cẩn thận. Nhìn ra chung quanh rạch nước anh đào lần đầu cũng đã chảy đến. Đang ngắm nhìn cảnh vật thì Phật lại ra đi, anh vội vã chạy theo. Khi gặp Phật bảo: "Không thấy vàng à?".

Anh buồn bã lắc đầu đáp không. Phật lắc đầu và chỉ ngay trước mắt anh và bảo: "Còn đây là rắn độc", rồi Ngài bỏ đi. Anh suy gẫm: "Chắc có lẽ đây mới thật là vàng vì lúc chỉ có đất mà Ngài bảo là vàng, âu ta đào lần nữa xem sao? Quả vậy mới đào sơ qua lớp đất đầu anh bắt gặp một chiếc rương to. Trên nắp rương có sẵn một chiếc cái túi đựng chìa khóa để mở rương. Khi anh mở rương ra thì quả thật là vàng và các thứ ngọc châu vô cùng quý giá. Anh lấy cả gánh cũng không hết. Anh lấp lại về nhà sai vợ con ra lén gánh về nhà. Anh trở nên giàu có nhanh chóng. Việc ấy đến tai vua, vua cho điều tra và biết chắc anh được của trân quý, mà các thứ trân quý này chỉ có hoàng tộc mới có. Bởi vậy anh bị khép tội đồng lõa với kẻ cướp và phải bị xử trảm bêu đầu. Khi đao phủ dẫn anh ra pháp trường, anh nhớ lại lời Phật dạy, nay anh đã hiểu được thâm ý của Ngài nhưng đã muộn nên hướng về hoàng cung và vận dụng hết sức lực của mình hét lên: "Đó không phải là vàng ngọc. Chính nó là rắn độc", vị Pháp quan thấy lạ, cho người cấp báo lên vua, vua ra lệnh dắt tội nhân vào, vua phán:

- Sự thật thế nào ngươi khéo nói rõ. Tại sao trân châu vô giá, ngươi dám bảo nó là rắn độc?

Anh thuật rõ đầu đuôi câu chuyện và kết luận:

- Tâu bệ hạ, nếu tôi hiểu sâu xa lời Phật, đem sức cần lao của mình và gia đình mình canh tác vùng đất khô cằn nhưng bằng phẳng kia. Đưa nước từ con suối vừa khai ngòi dẫn đến, với trái bắp giống tốt, tôi đã biến vùng ấy thành một vùng trù phú, tôi sẽ giàu có. Còn số vàng bạc này, đây không do sức cần lao của mình mà có. Nay nó làm tổn hại đến sanh mạng của thần, rõ đấy là một thứ rắn độc. Nó đã cắn thần bằng bản án xử trảm bêu đầu.

Sau một lúc gẫm suy, nhà vua phán: "Lời dạy của Như Lai rõ ràng là vàng ngọc. Ta tha cho ngươi tội chết. Lại trao cho ngươi trọn quyền khai thác vùng đất khô bằng con suối nước Như Lai đã chỉ cho ngươi. Còn vàng bạc đây ta sẽ xuất kho xây dựng các công trình phúc lợi để bá tánh hưởng dụng".

Không bao lâu sau trong các làng mạc đã có trường mới, có giếng nước trong và các trạm xá chữa bịnh cho dân. Đặc biệt cánh đồng khô ngày xưa nay đã xanh um tươi mát vì hoa mầu. Người nông dân hối ngộ ấy nay đã trở thành người giàu có cần cù, yêu đời và biết tương thân đùm bọc kẻ yếu nghèo.

Anh chị em thân mến! Chỉ có sức cần lao dù bằng chân tay hay trí óc mới làm toát ra cái ý nghĩa cao đẹp của cuộc sống. Nó là thứ trân châu kỳ báu không hư mất vậy.

10.

Ái ngữ

Con người là một vật tối linh trong vũ trụ. Có ngôn ngữ phong phú để giải bày thông cảm nhau khá trọn vẹn. Vậy hãy dùng ngôn ngữ ấy xây cầu bắt nhịp cảm thông hóa giải mọi tị hiềm nghi nạn, hướng dẫn động viên nhau làm việc chánh thiện. Đừng dùng nó để trấn áp nhau, làm buồn phiền tủi nhục cho nhau, được vậy thì an vui phúc lạc biết mấy.

Tôi xin trân trọng thuật lại truyện ngài Án Tử trong sách "Án Tử Xuân Thu". Người đã dùng ái ngữ lợi hòa mà cản ngăn được Tề Cảnh Công không hành động bạo tàn.

Truyện kể lại rằng: Tề Cảnh Công có con ngựa rất quý, vua giao cho một kẻ thân tín săn sóc chăm non.

Một hôm bỗng con ngựa ngã lăn ra chết. Vua giận lắm, truyền bắt kẻ nuôi ngựa và phân thây. Án Tử ngồi chầu thấy vậy can rằng:

- Vua Nghiêu, vua Thuấn xưa phân thây người thì bắt đầu từ nơi nào? Cảnh Công ngơ ngắt nhìn chung quanh rồi nói:

- Tha cho nó, đem giam dưới ngục, rồi sau này trị tội.

Án Tử đứng vậy bước ra quỳ gối tâu rằng:

- Tên này chưa biết rõ tội mà vẫn phải chịu chết thì vẫn tưởng là oan. Tôi xin vì nhà vua kể rõ tội của nó rồi hãy hạ ngục.

Vua Phán: Đúng vậy.

Án Tử bèn đứng dậy đập bàn mà rằng: Nhà ngươi có 3 tội đáng chết:

- Vua bảo nuôi ngựa quý mà để ngựa chết là một tội đáng chết.

- Vì ngươi làm chết một con ngựa mà để vua mang tiếng vì một con ngựa mà vua đã giết chết một tôi thần, làm cho trăm họ nghe tiếng ai cũng oán vua, các nước láng giềng ai cũng khinh vua.

- Ngươi làm chết một con ngựa mà để đến nỗi nhân dân đem lòng oán giận vua đã xem dân thua loài cầm thú. Nước ngoài khinh khi có bụng dòm ngó đất nước ta. Đó là ba tội đáng chết, ngươi đã biết chưa? Bây giờ hãy tạm giam ngươi vào ngục.

Cảnh Công nghe nói ngậm ngùi than rằng:

- Thôi tha cho nó, kẻo để ta mang tiếng bất nhân.

Dùng lời buộc tội mà làm cho kẻ quân vương thấy được lẽ chánh thiện, tiêu trừ được sân hận, tham ái. Án Tử quả là kẻ trí dũng vậy.

11.

Quý lời nói phải

Lời nói phải giúp ta biết được chân lý, dứt được mối hoài lo, thân tâm thư thái, việc giao tiếp với đời không sai lầm tai ách.

Biết giữ mình nói điều ngay phải đã khó. Biết nghe lời nói phải vâng làm lại là điều khó hơn. Bởi lời ngay phải thường khó nghe. "Trung ngôn nghịch nhĩ" là nghĩa ấy.

Trong sách Thi Tử (thầy của Thương Ưởng) có thuật lại câu chuyện:

Tấn Vương dùng thuyền đi chơi, các quan tả hữu theo hầu đông đủ cả, vua hỏi:

- Loan Doanh ta đã cẩm cố một nơi, con ta là Loan Phường trốn chạy ra nước ngoài, có ai biết Loan Phường hiện giờ ở đâu không? Các quan yên lặng không nói gì cả. Người lái thuyền là Thanh Quyên buông tay chèo, đứng dậy thưa rằng:

- Muôn tâu! Bệ hạ hỏi Loan Phường làm gì?

Vua nói:

- Từ khi ta đánh được họ Loan đến nay, nghe họ Loan người già chưa chết hết, người trẻ đã lớn lên. Ta lo họ phục thù, cho nên ta mới hỏi.

Thanh Quyên nói:

- Nếu nhà vua khéo sửa sang nước Tấn. Trong được lòng các quan. Ngoài được lòng trăm họ thì dù cho còn con nhà vua họ Loan mà làm được gì bệ hạ, nhưng nếu nhà vua không sửa sang chính sách nước Tấn, trong mất lòng quan, ngoài mất lòng dân, thì ngay những người ngồi trên thuyền này ai cũng là con nhà họ Loan cả.

Vua khen: "Ngươi nói chí phải".

Sáng hôm sau vua cho đòi Thanh Quyên đến triều nội ban cho một vạn mẫu ruộng. Thanh Quyên từ không nhận, vua nói: "Một vạn mẫu ruộng ấy đổi lấy một lời nói kia, kể ra nhà ngươi còn thiệt mà quả nhân thì lợi nhiều, ngươi cứ lấy đi".

Cương trực ngay chánh, biết dùng lời nói phải khuyên can vua, cải tổ chấn hưng đất nước, không sợ bị ghép tội khi quân chém đầu như Thanh Quyên rõ ở đời thật hiếm.

Lại biết đạt Lý mà bỏ Từ, bỏ Lễ biết nghe, biết sửa, biết hành cái đạo Quân Thương như Tấn Vương

Công không phải là dễ vậy.

12.

Hiếu kính với cha mẹ

Người có đức mà bất kính với cha mẹ xưa nay tôi chưa từng nghe.

Người có đức mà bất kính với cha mẹ xưa nay tôi chưa từng thấy.

Người có đạo chân chánh mà không hiếu kính với cha mẹ, xưa nay tôi chưa từng nghe thấy bao giờ.

Thờ cha kính mẹ, thuận thảo với anh chị, em, giữ được tôn nghi ấy quả là một nhà có phúc. Lẽ đương nhiên là phải tùy hoàn cảnh phương tiện và tâm ý của cha mẹ mà mỗi người thực hiện chữ hiếu một cách khác, không nhất nhất phải theo khuôn mẫu nào. Trong tập bảo tạng Trung Quốc có câu chuyện rằng:

Ngày xưa, tại vùng đồi núi kia có một gã tiều phu phụng dưỡng cha mẹ trăm điều hiếu kính. Anh lại là một ưu bà tắc hết lòng tin kính Tam Bảo.

Một hôm anh nghe người ta đồn rằng phía bên kia đồi có một vị Sa môn đắc đạo, anh sanh tâm hoan hỷ vui mừng, gia công làm việc ngày đêm mua gạo và thức ăn cho được lâu ngày rồi quỳ xuống xin mẹ cha cho phép đi bái kiến thầy Sa môn đắc chứng đạo quả. Xin thầy tế độ hai tâm tu chứng và hướng dẫn anh những điều cần thiết.

Cha mẹ anh bằng lòng, anh lên đường. Đến buổi chiều anh gặp một thầy Sa môn đang kinh hành khất thực vị tỳ kheo hỏi:

- Đạo hữu đi đâu mà trông có vẻ vội vàng thế?

- Bạch thầy con đi bái kiến một vị Sa môn đắc chứng đạo quả bên kia đồi.

- Đạo hữu! Bái kiến Sa môn dù có đắc chứng cũng đâu bằng bái kiến Phật.

- Bạch Thầy nhưng giờ Phật đã vào nát bàn, làm sao con bái kiến ngài?

Ta vừa nghe Phật thị hiện ở hướng nhà đạo hữu. Đạo hữu hãy cấp về đi. Nếu gặp người nào ăn mặc áo sồ gai và đi dép nghịch chân ấy là Phật đấy! Đừng nghi ngờ gì cả. Chúc ngươi được hạnh phúc chân thật.

Anh lại bôn ba về nẻo cũ. Chủ mục tìm người có

hình dạng như vị Sa môn mô tả, mãi đến khi về tới nhà gõ cửa. Cha mẹ nghe tiếng anh gọi mừng quá ngỡ rằng anh lên đường may mắn nên về sớm. Hai ông bà vội vã xuống giường bưng đèn ra cửa mở cho anh.

Trước ánh đèn dầu trái cây leo loắt, anh sửng sốt. Cha mẹ anh rõ bận áo sô gai, cha mẹ anh lại mang lộn dép. Lòng anh rưng rưng xúc cảm. Anh ôm chầm lấy cha mẹ và thổn thức. Bây giờ anh mới hiểu sâu xa lời Phật dạy "Trong thời không có Phật, thờ cha kính mẹ ấy là tôn kính Phật", mà anh nghe lời vị thầy già đã tuyên khuyên anh và bè bạn mỗi khi về làm công quả trong vườn.

13.

Con voi hiếu nghĩa

Kinh dạy "Hiếu hạnh là Phật hạnh, hiếu tâm là Phật tâm". Bởi vậy mười phương ba đời chư Phật cũng đều thực hành tâm hạnh hiếu thảo nhiều đời thuần thục trải qua hằng ba a-tăng kỳ kiếp mới đặng quả vị giác ngộ.

Trong kinh Đại Phương Tiện Phật Báo Ân, Phật có thuật lại một câu chuyện rằng: "Ngày xưa, ở xứ Ba la nại, có một vị vua ham mê săn bắn. Một hôm vua săn bắt được một con voi trắng rất mực xinh đẹp. Vua giao cho một người lính tượng hiền lành cần mẫn trông nom chăm sóc cẩn thận. Nhưng voi ngày đêm không chịu ăn uống khóc mãi. Người lính tượng sợ để lâu voi chết nên vào tâu vua. Vua ra vuốt ve voi và bảo:

- Tại sao có cỏ non, mật ngọt ấy thế mà sao ngươi không chịu ăn uống? Voi đáp:

- Muôn tâu bệ hạ. Tôi hiện còn có cha mẹ rất già ở

trong rừng. Không tự nuôi sống được. Nay tôi ở đây, mẹ cha tôi đói khát, chắc chết. Tôi lòng nào mà ăn ngon uống ngọt cho được. Nếu bệ hạ có lòng trắc ẩn, gia tâm thương xót, cho phép tôi được vào rừng xanh săn sóc cho hai đấng sinh thành. Khi song thân qua đời, tôi sẽ trở lại chốn này để bệ hạ mặc tình sai khiến. Vua nghe nói động lòng từ mẫn, bằng khuyên voi ăn uống và ra lịnh thả voi ra ngay. Sau đó ông bỏ hẳn công việc săn bắn vui chơi, chăm lo chánh trị, mưu lợi cho dân, cho nước. Quốc gia vì thế mà thái bình thanh trị. Câu chuyện voi xưa dần chìm vào quên lãng. Mười hai năm sau, vua đang họp triều chính cùng bá quan văn võ, bỗng có một tên quân vào báo là có một chú voi già ốm yếu đến và khẩn thiết muốn bái kiến bệ hạ. Vua thuận cho đưa voi vào, vào đến nơi, voi quỳ mọp xuống tâu rằng:

- Mười hai năm trước, tôi đội ơn bệ hạ tha cho để làm tròn hiếu đạo săn sóc cha mẹ. Nay song thân tôi đều đã qua đời. Y như cam kết, tôi trở lại chốn này. Số phận tùy bệ hạ định đoạt.

Nhìn thấy voi già yếu tiều tụy quá, vua chột dạ xót thương đưa tay ve vuốt mà rằng:

- Nếu mọi người, mọi loài đồng biết hiếu kính cha mẹ, biết trung tín, giữ lời đã hứa như ngươi thì đời thịnh trị cả. Thôi hãy ở lại đây với ta. Ta sẽ chu cấp cho người trọn đời.

Đến đây, Phật xác nhận bản sanh: "Voi ấy nào phải ai xa lạ chính là tiền thân ta đó!". Phật tử phải khéo suy và hành trì cho đúng vậy.

14.

Người bán than
và ông quý phái

Anh chị em Huynh trưởng và đạo sinh nam nữ thân yêu!

Lòng nhân ái và biết trọng điều phải đã vun vén cho mình một nhân cách tuyệt vời. Là tuổi trẻ, ta phải lấy đó làm phương châm sửa mình và hướng dẫn người, nhất là bạn bè và em út ta.

Trong cuốn Tâm Hồn Cao Thượng của nhà văn Amicis người Ý, ông Hà Mai Anh dịch ra tiếng Việt. Câu truyện được trích kể dưới đây có tựa đề là Cát Lộ.

Cát Lộ là con của Bá tước họ Ngô. Biên Tử, là con của người bán than nghèo. Cả hai cùng học một lớp. Cát Lộ thì kiêu hãnh,Biên Tử thì thông minh và ngoan hiền. Một hôm Cát Lộ và Biên Tử cùng tranh luận về một đề tài. Cát Lộ cùng lý phát cáu nói: "Bố mày là đồ bần tiện", Biên Tử giận đỏ mặt, ứa nước mắt. Trưa về Biên Tử kể chuyện cho cha nghe. Buổi chiều cha anh đến trường phàn nàn cùng thầy giáo là ông Bích Niên, vừa gặp lúc ông Ngô đưa con đi học. Ông Bích Niên nói:

- Kìa ông Ngô đã đến, vừa khéo, ông hàng than đang phàn nàn vì Cát Lộ đã mắng con ông "Bố mày là đồ bần tiện". Ông Ngô cau mày hơi đổi sắc mặt quay lại hỏi con:

- Có thực con đã nói thế?

Cát Lộ đứng ngay như gỗ cúi đầu im lặng, ông Ngô xin phép dắt con đến chỗ Biên Tử và bảo:

- Con xin lỗi anh Biên Tử đi.

- Thưa ông thôi! Người bán than tỏ thái độ áy náy và toan chạy vào ngăn lại.

Nhưng ông quý phái không nghe. Cứ bảo con xin lỗi và nhắc lại câu này: "Anh Biên Tử ơi. Tôi xin lỗi anh về lời nói bất nhã và vô ý thức mà tôi đã trót nói phạm đến cha anh. Người cha mà tôi rất hân hạnh được bắt tay". Không dám ngẩng mặt. Cát Lộ lặp lại nguyên văn lời cha anh dạy với giọng hơi thấp, và ông Ngô vui vẻ đưa tay cho người bán than. Cả hai bắt tay nhau một cách nồng nhiệt. Bắt tay xong, Bá tước quay lại nói với thầy giáo:

- Thưa thầy, xin thầy vui lòng cho hai trẻ được ngồi gần liền bên nhau. Ông Bích Niên vui vẻ đặt Biên Tử ngồi cạnh Cát Lộ, chúng đã yên chỗ, ông Ngô chào và trở ra. Ông hàng than đứng lại một lúc. Bâng khuâng, do dự, ông ngắm hai trẻ ngồi sánh vai nhau rồi chẳng nói rằng, ông chạy lại toan ôm lấy Cát Lộ. Song đến nơi ông bỗng dừng lại đưa bàn tay chuối hột của mình sẽ vuốt tóc anh Cát Lộ, rồi ra thẳng.

Thầy Bích Niên bảo học trò:

- Các con hãy nhớ lấy tấn kịch mà các con vừa xem. Đó là một bài học hay nhất trong năm.

Thái độ nghiêm khắc mà từ hòa của ông Ngô đối với con cũng như hành động tôn trọng giá trị của con người cần lao làm cho ta thêm nể trọng con người danh giá ấy.

Trong thái độ bàng hoàng do dự khi muốn chạy lại ôm Cát Lộ làm toát ra cái tình cảm chân thật độ lượng dễ tha thứ và đầy tình người của kẻ lao động. Đọc qua dễ rơi lệ, bùi ngùi trong hân hoan.

15.

Lòng từ hòa cảm hóa được thiên hạ

Kẻ có hiếu hẳn là người có đức. Kẻ có hiếu thường là người đầy nghĩa tình. Đức, Nghĩa tình cảm hóa thu phục được người, kể cả kẻ có tâm hồn xấu ác ích kỷ nhỏ nhen.

Thầy Mẫn Tử, mẹ mất sớm, cha có người vợ kế tâm hồn xấu ác điêu ngoa, nhưng thầy vẫn sớm viếng khuya hầu cha và dì không sót bỏ. Dù cho dì chỉ lo cho hai em và xử sự bạc ác với thầy. Mùa đông giá hai em đều có áo kép bông, riêng thầy thì chỉ có áo vải bọc bông lau mà thôi.

Một hôm, thầy Mẫn Tử đánh xe hầu cha. Thấy con co ro run rẩy liền quở mắng. Thầy không dám nói sự thật, cha tức giận lấy roi đánh áo rách bật hoa lau ra. Cha thấy thấy thế tức giận người vợ kế đã bạc đãi con mình liền đuổi đi. Thầy Mẫn Tử khóc mà thưa cha rằng: "Dì con ở lại chỉ mỗi mình con rét. Dì bị đuổi đi cả ba anh em con đều rét cả. Xin cha thương mà nghĩ lại".

Cảm động và hãnh diện là đã có đứa con từ ái hơn người. Cha thấy ưng thuận. Người dì ghẻ cám ơn thầy, đứa bé con mà có tâm hồn quảng đại bao dung độ lượng, nên đem lòng yêu kính đùm bọc không bạc ác cùng thầy nữa.

Thật xứng đáng là đấng hiếu hiền Thánh Tử trong văn học Trung Quốc vậy.

16.

Thành công là một sự nhẫn nại trong kiên trì

Caladanthaka
Nhẫn nại là mẹ của thành công

Caladanthaka là một tăng sĩ trẻ tuổi, tâm trí chậm lụt không thể thuộc nổi một câu kệ bốn hàng trong nhiều ngày.

Người anh ruột đồng xuất gia và ở trong một chúng, khuyên thầy nên hoàn tục, nhưng thầy một dạ chí thành, chỉ muốn sống đời thanh tịnh thiêng liêng đạo hạnh. Đức Phật hiểu tâm tính thầy, gọi thầy đến và cho thầy một chiếc khăn tay thật sạch và dạy rằng: "Mỗi sáng nên cầm khăn này và căng ra trước mặt, nhìn về hướng mặt trời mọc". Không bao lâu thầy thấy khăn đã cáu bẩn. Thầy hối ngộ được rằng: "Đời sống con người vốn vô thường, hành động miệt mài trong vô thường khoáy động phiền não, đem vô minh che kín hạnh lành. Do đó thầy cố gắng hành thiền để thân tâm an lạc. Không bao lâu thầy đắc quả La Hán. Cho nên Phật dạy:

"Do kiên trì tinh tấn, nhiệt tâm đạo hạnh và tự chế, người thiện trí tự tạo cho mình một hải đảo mà không một cơn lụt nào tràn ngập được".

Sách Pháp Cú chú giải rằng: "Con người sở dĩ trôi lăng trong sanh tử luân hồi thọ nhận nghiệp báo không dứt vì không thoát được bốn biển khổ: Bốn thứ đại hồng thủy, hay bốn thứ ngập lụt. Ấy là:

Ái dục - Tà kiến

Sanh tử và - Vô minh

Muốn thắng bốn giặc ấy, không khó, chỉ thực hành Tam Vô Lậu Học Giới Định Huệ vì:

Giới: Ngăn chặn cái phiền não tác tạo từ bên ngoài. Bức bách dẹp loạn từ bên trong.

Định: Phát triển và xây dựng một tư duy

Huệ: Hóa giải thù trong giặc ngoài, dứt mạch tuyệt nguồn 4 thứ lụt.

Ấy mới thấy Nhẫn nại tinh cầu trong tu tập cũng như hành xử ở đời đem lại thành công và thắng lợi vậy.

17.

Định hướng cuộc đời

Trường học, gia đình, đoàn thể, tổ chức tôn giáo, có mục đích khai mở cho tuổi trẻ và con người có hướng đi sáng đến chỗ lợi lạc hữu ích rồi mới dần lên thánh vị.

Khi thuyền đời đã được định hướng thì phải đem hết tâm can ý lực để thực hành hầu thành tựu được mục đích.

Kẻ ý không thành, chí không quyết, lòng không bền thì chẳng bao giờ đạt được chí nguyện. Cuộc sống chỉ là chuỗi ngày phù du vô bổ.

Trong kinh có câu chuyện. Lúc Phật còn tại thế ở vùng thượng lưu sông Hằng xứ Ấn Độ, có một đạo sĩ Bà La Môn thần thông biến hóa khôn lường, tính tình kiêu ngạo. Một hôm Phật và môn đồ của ngài đi qua đó, vốn không ưa và ganh ghét cái uy danh của Đức Phật mà theo ông là không thực có, nên ông đã đón Phật và môn đồ của ngài ngạo nghễ hỏi rằng:

"Tôi nghe danh ngài đã nhiều, nay gặp nhau đây thật là vạn hạnh. Xin ngài cho biết ngài có thể qua lại dòng sông này trên mặt nước được không?" Phật đáp:

- Tôi không đi được. Còn ngài?

- Ta thì có thể du lưu đó đây không ngại.

- Ồ thế thì tuyệt quá, ngài có thể cho thầy trò chúng tôi xem thấy để mở rộng tầm mắt không?

Đạo sĩ khoan khoái trả lời:

- Có gì đâu, ta rất sẵn lòng.

Thế rồi đạo sĩ tay cầm chiếc lá miệng đọc lâm râm, không mấy chốc ông đã qua lại nhiều lần. Phật khen ngợi:

- Thật là tuyệt diệu thế gian. Dám hỏi ngài tu luyện môn nầy bao nhiêu lâu?

- Sơ sơ mới có mười ba năm.

Phật gật gù.

- Giỏi thì có giỏi, nhưng lâu quá! Đạo sĩ hỏi:

- Thế ông thử luyện xem có mau hơn không?

- Có chứ, ta chỉ tốn mười lăm hai chục phút là cùng! (1 khắc thời gian).

- Lý thuyết ai cũng nói được, thử thực hành xem sao?

Phật gật đầu rồi nói nhỏ với ông Xá Lợi Phất. Ngài Xá Lợi Phất tách chúng ra đi. Phật quay qua ngài đạo sĩ trầm ngâm một khắc rồi bảo:

- Ngài hãy xem tôi sắp thực hành đây. Liền lúc ấy, Xá Lợi Phất và con thuyền cập bến. Phật và môn đồ xuống thuyền. Xá Lợi Phất ra lịnh cho chủ thuyền tách bến rồi cứ thế qua lại trên dòng sông được hai lần.

Khi bước lên bờ, người đạo sĩ đã ân cần đảnh lễ Phật và xin xuất gia, làm môn đồ của người.

Bởi cái đích mà ta muốn đến là cõi hằng có vô sanh. Đó là tánh Phật toàn giác. Thần thông, pháp thuật công danh địa vị rồi cũng bỏ lại đời khi nhắm mắt xuôi tay. Nó có nhưng không thật nên gọi là huyễn. Theo Phật là bỏ huyễn mà tìm chân, là hướng đi của thuyền đời vậy.

18.

Nhẫn nhục

Nhẫn nhục là nguồn nước mát rửa sạch tâm sân hận, giải trừ giặc phiền não thành tựu phẩm hạnh Bồ Đề.

Công chúa Thuần Nhẫn con của vua Ba Tư Nặc là một người con nết na hiếu hạnh nhẫn nhục ít ai bì. Có điều nàng là đứa con gái trời bắt xấu, xấu đến nỗi hàng vương tôn công tử phải tìm cách xuất du hoặc lo lập gia đình sớm vì sợ nhà vua ép làm phò mã. Tiếng đồn về nhan sắc và đức hạnh của nàng bay xa. Có một vị hoàng tử nước láng giềng tên gọi là Trọng Đức đến xin cưới nàng làm vợ. Vua Ba Tư Nặc cầm tay người rể quý, cảm động và bày tỏ cảm kích của ông với chàng. Người đã vì đức mà gia ân thương lấy con ông.

Chàng rất thương Thuần Nhẫn và ngược lại nàng yêu kính chiều chuộng chàng. Ấy thế nhưng đi đến đâu, hay ở bất cứ chỗ nào chàng cũng nghe người ta đàm tiếu, chỉ trỏ vào chàng mà cười cợt như thấy một quái vật. Chàng cảm thấy danh dự bị tổn thương và không chịu đựng nổi nên định ly dị vợ.

Thuần Nhẫn đã lâu thấy mỗi khi đi đâu về chồng nàng cũng có những nét buồn sâu xa. Nên nàng thường hướng vào hư không thành tâm đảnh lễ tam bảo. Một lòng chân thành sám hối những tội lỗi tiền kiếp. Lòng chí thiết của nàng cảm động đến chư thiên. Trời Đế Thích thị hiện thần thông cải sửa dung mạo của nàng thành một người tươi đẹp vô cùng.

Khi Trọng Đức ôm ý tưởng về nhà tỏ bày sự quyết chí ly dị của mình cùng nàng. Như thường lệ nàng ra cởi áo mão cân đai cho chồng. Trọng Đức ngỡ ngàng trước nhan sắc của nàng. Hỏi ra mới biết sự nhẫn tín kính tam bảo của nàng, có công nàng cải sửa vóc dáng hình hài nàng từ xấu ra tốt. Trong một lần vui đùa nàng nhắc nhở chàng "Nên trọng đức, đừng nên trọng sắc".

Chuyện đã xảy ra từ đời vua Ba Tư Nặc, cách nay đã hơn 2500 năm. Ấy mà tên công chúa Thuần Nhẫn vẫn khắc ghi trong tâm hồn những Phật tử mến mộ Đức Hạnh.

"Tướng của đức không quyến rũ như sắc của tà

nhưng thấm đượm khuyến dụ cải sửa được xã hội cùng con người".

Sắc là tà lôi cuốn cám dỗ ta vào tội lỗi khổ đau. Đức và ta có ngay trong lòng mỗi người.

Hãy nhắc nhở nhau trọng đức thì mới thật sự viễn ly khổ ách. Sân si là nguồn của tội lỗi làm cháy kho tàng tích tụ công đức. Phải thận trọng giữ gìn lắm vậy.

19.

Phải học Phật như thế nào?

Đạo Phật là đạo hướng dẫn con người để sống chứ không nhằm trao truyền cho hành giả một kiến thức tuyệt vời.

Chỉ có sống đạo, tu đạo, hành đạo mới thâm nhập được sự lý có viễn uyên mật, không thể nói hết được, suy tư hết được. Có ăn, có tiêu hóa thức ăn, con người mới no khỏe được. Không thể ngồi bàn luận về thức ăn, về thực phẩm mà qua cơn đói lại dưỡng thâu được. Mỗi người phải tự mình lên đường và tự mình vén bức màn vô minh để thấy được bản chất thường còn là tánh Phật mà rõ suốt chân lý. Chính Phật dạy "Ai ăn nấy no, ai tu nấy chứng". Bởi vậy sở hành cũng tùy căn cơ môi trường sai khác. Không có một mô thức có sẵn nào được đem ra áp đặt cho kẻ nầy người khác. Sự bình đẳng tuyệt đối của nhà Phật là ở chỗ nầy vậy. Cho nên để giải đáp vấn nạn "Phải học Phật học như thế nào?" Sư Pháp Diễn vào thế kỷ thứ XI ở Trung Quốc đáp rằng: "Phải học Phật như học đạo chích".

Tên đạo chích (Ăn trộm), có đứa con trai. Một hôm chú con trai nghĩ bụng nay cha đã già, sức đã yếu đâu có đủ lanh lẹ nhạy bén và sức khỏe để tiếp tục hành nghề nguy hiểm nầy. Để đảm bảo cuộc sống cho cả gia đình, mình học nghề ngay từ bây giờ mới được. Nó đem ý nghĩ đó bàn với cha và được cha chấp thuận.

Một đêm kia để bắt đầu bài học vỡ lòng cho đứa con trai.Ông dẫn con đến một ngôi nhà đồ sộ. Bẻ rào, khoét vách vào nhà mở khóa một chiếc rương lớn, bảo thằng con chui vào, rách lành gì thu hết. Thằng con vừa chui vào rương xong, ông vội khóa rương lại rồi ra sân đập phá ầm ĩ đánh thức cả nhà dậy rồi lặng lẽ chui lỗ rào ra về. Khổ chủ náo loạn cả lên. Thắp đèn tìm khắp nơi, nhưng lũ trộm cao chạy xa bay. Khổ thằng nhỏ nằm trong rương hận cha già đã nhẫn tâm hại con. Một ý nghĩ lóe ra trong óc nó. Nó đưa tay cào nhè nhẹ vào rương y như tiếng chuột gặm. Người nhà gọi chị ở đốt đèn coi lại cái rương. Chị ở vừa mở khóa bật nắp rương ra. Nó đứng bật dậy thổi đèn xô chị ở thoát ra ngoài. Người nhà ùn ùn đuổi theo. Thấy bên đường có cái giếng nó rinh cục đá bự bên thành giếng ném xuống đánh ầm một tiếng. Trong bóng đêm người ta ngỡ rằng nó vấp ngã xuống giếng. Lấy đồ đậy giếng lại, thắp đèn đuốc lên, chắc mẩm thằng ăn trộm ba đầu sáu tay cũng không thể thoát được.

Trong khi ấy thằng ăn trộm con thong dong về nhà. Bước vào sân, nó thấy nhà mở cửa. Cha nó đang rung đùi ngồi uống nước trà. Nó bước vào trách cha thậm tệ. Ông ta phớt lờ đi và nói:

- Khoan trách cha, con hãy kể cha nghe con thoát thân như thế nào? Người con thuật lại tình tiết mọi việc đã xảy ra. Lão phá lên cười mà rằng: "Tốt quá, con tôi đã thành nghề rồi".

Thật vậy, nếu ta đoạn tuyệt với thế giới hiện tượng bên ngoài như con lão chích nằm trong rương, ta có thể tìm ra phương tiện để thoát ra khỏi thế giới hiện tượng như con lão chích đã ra khỏi chiếc rương quái nghịch. Phải vứt bỏ căn thâm duyên kết với trần cảnh không luyến tiếc do nghiệp lực kết buộc như con lão chích đã ném tảng đá xuống giếng thay cho thân mạng thì được về nhà cha an toàn như con lão chích đã về với lão vậy.

Hãy cố gắng, tự thắp đuốc lên mà đi.

20.

Ba điều không làm được

Đức Thế Tôn không giống các vị giáo chủ khác ở chỗ giáo lý của ngài khai mở cho chúng sanh con đường đi đến chân lý. Ta đã bỏ con đường ấy mà lạc vào lối mê như thế nào thì phải dò theo lối ấy mà trở về. Phật không thể tu thế cho ta. Phật không thể ăn thế cho ta. Phật không thể uống thế cho ta, và ngài tuyên bố, có ba điều ngài làm không được (tam bất năng) ấy là:

Bất năng độ tận hữu tình: Loài hữu tình mê lấy vọng làm chân. Lấy hư làm thực. Phật chỉ trao phương tiện còn tu chứng thì mỗi cá nhân phải tự thực hiện lấy. Không thể đồng loạt Phật độ hết thảy loài hữu tình.

Bất năng độ định nghiệp: Chúng sanh mê muội, tạo nghiệp phải trả. Phật thuyết nhân duyên luân hồi nhân quả, nghiệp báo khai mở cho chúng sanh có được sự nhận thức đúng đắn để hành động sáng suốt, dứt trừ khổ cảnh gây nhân hạnh xuất thế cứu cánh giải thoát. Không ai có thể hứng chịu kết quả các hành động do ta tạo ra, dù là chồng vợ, cha mẹ, anh em bằng hữu. Đó là nghĩa oán thân bình đẳng.

Bất năng độ người vô duyên: Phật là bậc y vương có thuốc thật hay. Chữa được vô lượng chứng bệnh từ thân tâm của thập loại chúng sanh, những kẻ bệnh không uống, bệnh không thể hết được.

Bởi vậy muốn được tự tại viễn ly khổ ách, tiêu trừ nghiệp chướng giải thoát tự tại phải:

Uống thuốc Phật bằng cách chí thành, quy y giữ giới y theo pháp Phật phụng hành.

Sám hối nghiệp chướng, phát triển hạnh lành, giữ gìn thân tâm thanh tịnh.

Tinh Tấn tu học tâm phát nguyện lập thì đạo quả mới viên thành.

Mọi sự cát hung, buồn vui, sướng khổ đều do ta tạo không có đấng thần linh nào áp đặt.

Ta tự hành động mê si trói buộc thế nào thì phải y pháp Phật tương ứng đối trụ mà giải bỏ.

Ta mê, thì chính ta phải xa lìa bến mê mới có thể đến được bờ giác.

Phải gieo nhân tốt mới có quả lành. Do vậy phải y chí phụng hành lời Phật.

21.

Phật là đấng toàn giác

Một ngày kia, vua Dilanda hỏi tỳ kheo Na Tiên rằng:

- Bạch Đại đức, Phật đã có thể biết hết tất cả các việc ở ba thời: quá khứ, hiện tại, vị lai chăng?

- Tâu đại vương Phật biết hết.

- Nếu Phật biết hết tại sao ngài không trao giới luật, giới pháp cho môn đồ cùng một lúc mà phải tùy căn cơ trao truyền dần dần?

Na Tiên tỳ kheo hỏi ngược lại nhà vua rằng:

- Trong quốc gia của ngài có vị lương y nào thật sự là chí giỏi không?

- Có chứ.

- Vị lương ấy có biết nhiều loại thuốc không?

- Đã là ngự y giỏi của ta hẳn phải biết tất cả các loại cỏ thuốc.

- Thế khi chữa cho một bệnh nhân nào, ông ta có cho bệnh nhân uống hết các loại thuốc mà mình biết không?

Phàm làm thuốc phải tùy bệnh chứng luận trị mà lên phương thang cắt thuốc gia giảm cho ứng kịp bịnh trạng chứ.

Lại cũng như vậy. Phật truyền trao giới luật phải đúng thời, đúng chỗ, đúng nơi, thì đệ tử mới thâm nhập y pháp phụng hành được. Đâu có thể khinh xuất trao cả một lượt mà được. Thật thâm sâu vậy thay.

22.

Tái ông thất mã
(Ông Tái mất ngựa)

Họa phúc không có cửa.

Họa phúc là hai mặt trái phải của cùng một vấn đề.

Thắng không kiêu

Bại không nản

Thuận không vui

Nghịch không buồn

Luôn để lòng khoan hòa không dính mắc xử lý mọi sự ở đời mới thế hợp không lỗi lầm.

Truyện Tái ông thất mã nói lên được đạo lý thâm sâu ấy. Truyện kể rằng: "Ông Tái là người giàu có lịch lãm và đôn hậu, có con ngựa kim ô quý tốt, vô giá. Một hôm con kim ô đi ăn không về. Tin ông Tái mất ngựa quý truyền nhanh. Bà con đến chia buồn cùng ông. Ông Tái vui vẻ bảo:

- Cám ơn bà con thật nhiều, có điều mất một con ngựa quý giá chưa hẳn là một điều đáng buồn.

Cách mấy hôm sau, con kim ô trở về cùng một con huyết mã quý còn hơn con kim ô vô giá. Bà con lại hân hoan kéo đến mừng cho ông Tái vì ông là người phúc đức chẳng những ngựa quý không mất mà còn có thêm ngựa quý hơn. Vẫn với khuôn mặt hân hoan cởi mở, ông Tái lại thưa cùng bà con rằng:

- Cám ơn bà con đã đến chia vui cùng gia đình chúng tôi. Có điều ở đời được một vật quý giá chưa hẳn là một điều vui.

Được con ngựa quý, đứa con trai độc nhất của ông bu theo con ngựa quý mà rong ruổi khắp đó đây. Chẳng may bị ngã té gãy chân. Được tin buồn, bà con lại kéo đến chia buồn. Ông Tái cũng niềm nở hân hoan tiếp đón mọi người và thưa rằng:

- Cảm tạ tấm lòng cao quý của bà con, có điều ở đời gặp điều nạn tai chưa hẳn đã là điều đáng buồn.

Một năm sau, đất nước có nạn ngoại xâm, trai trẻ trong làng đều lên đường tòng quân giết giặc. Ra đi thì đông mà kẻ trở về sau chiến cuộc không được là bao. Riêng gia đình ông Tái vẫn đoàn tụ và hạnh phúc. Ông Tái lại siêng năng chăm sóc an ủi những gia đình bất hạnh vì vậy tiếng tăm ông Tái được hậu thế nhắc nhở không quên.

Do vậy là Phật tử phải tin vào nhân quả. Sẵn sàng chấp nhận mọi thử thách và nỗ lực gieo nhân hạnh tốt đẹp thiện lành. Đó là cách duy nhất để hưởng hạnh phúc và an lạc dài lâu.

23.

Năm người mù rờ voi

Chân lý chỉ có một

Con người ai cũng muốn suy tôn và nhân danh công lý mà hành xử mọi sự lý ở đời. Thế nhưng họ chống báng thù nghịch sát hại nhau trên con đường thể hiện chân lý đó hơn là hòa mục yêu thương nâng đỡ nhau. Vì sao?

Bởi ai cũng chấp ngã, chấp pháp cho đường lối ta đi, thái độ của ta là hơn cả không chịu hiểu cho rằng - kẻ khác cũng lại suy luận đúng như vậy - không ai chịu mở mắt tư duy để thấy rằng mỗi cá nhân chúng ta chỉ nhìn chân lý dưới một giác ngộ (góc cạnh) khác nhau.

Trong kinh Đại Niết Bàn có câu chuyện năm người mù rờ voi nội dung như sau:

Ở nước nọ nhân một buổi triều yết. Nhà vua muốn kêu gọi quần thần phải lắng nghe tiếng nói của người dân cũng như là bạn đồng liêu thì phải kiến hòa đồng giải, chân lý không riêng dành cho ai. Vua sai một người quản tượng dẫn vào trước cung đình một chú voi to, và năm anh mù. Vua ra lịnh cho quản tượng cho mỗi người mù rờ vào một bộ phận của con voi xong rồi phán hỏi:

- Con voi hình dạng như thế nào?

Người rờ lỗ tai voi trả lời:
- Con voi giống như một cái quạt.

Người rờ chân voi cải:
- Con voi giống như một cái cột nhà.

Người rờ đuôi voi cải:
- Con voi giống như một cái chổi.

Người rờ đầu voi không đồng ý bảo:
- Con voi giống như một tảng đá.

Người rờ lưng voi sừng sộ:
- Con voi như một tấm phản.

Năm người mù không nói đúng chân tướng con voi. Nhưng cũng không ra ngoài tướng trạng của con voi. Các tướng trạng học mô tả không đúng con voi thật. Nhưng ngoài những tướng trạng ấy thì không riêng có một con voi thật nào khác.

Nầy anh chị em:

Vua ấy không khác đức giác ngộ. Con voi là Phật tánh, những người rờ voi là chúng sanh là chúng ta.

Phật tánh vốn viên dung bất nhiễm như con voi. Đó là biểu tượng về chân lý cuộc đời.

Tư thức chúng ta có được hôm nay là do căn trần duyên nhau mà thành, nên các căn đóng vai trò tác thành tư kiến, vậy nó là phương tiện chứ không phải cứu cánh. Chấp vào đó thì không đạt cứu cánh, chân lý được.

Do vậy anh chị em chúng ta không bao giờ tự cho phép mình sân hận thiển cận bảo thủ tranh biện hơn thua, ngược lại phải quán soi thực nghiệm hành từ thiện pháp là đã sống thực với chân lý.

Việc hợp với không thời thì không lỗi, lợi mà hanh thông vô ngại.

Sống vậy là thể trọn bản hoài của mười phương ba đời chư Phật vậy.

24.

Hãy tự mình thắp đuốc lên mà đi

Trong chúng sanh đều có Phật Tánh. Tam tạng giáo điển chỉ là phương tiện giúp chúng sanh thấy biết Phật tánh chân thật ấy và không để cho mê vọng che lấp Phật tánh ấy đi.

Tu là nỗ lực trên hành trình này. Khi liễu ngộ Phật tánh rốt ráo là đắc quả là thành Phật. Ngoài tự tánh Phật sẵn có đó. Ta không thể cầu tìm một Đức Phật một quả vị Phật nào khác vì bởi nếu có ta cũng không thể nhận biết được.

Ngay chính Bồ Tát trì thế một bậc Tôn đức mà còn lầm thiên ma Ba Tuần là trời Đế Thích. Nếu không có Duy Ma Cật cư sĩ khai thị cho để thấy rõ chân lý ấy. Tôi xin lược thuật một câu chuyện trong kinh Phật để anh em suy gẫm:

Có một vị tăng chăm chú học kinh điển đã lâu nhưng chưa thấy ý nghĩa huyền diệu của kinh. Anh ta đến một vị tổ thiền xin thụ giáo. Một buổi tối anh ra ngồi tinh tọa ngoài sân suy nghĩ mênh mông về chân lý. Bỗng vị tổ thiền đến gần bảo:

- Tại sao ngươi không ngồi trong nhà?

- Bạch sư cụ trong nhà tối quá!

Vị tổ mới móc trong túi ra một cây nến, bậc quẹt thắp lên rồi đưa cho đệ tử. Người đệ tử đưa hai tay đón nhận, nhưng thiền sư thổi tắt nến và cất vào túi rồi bỏ đi. Người môn đồ ngồi ngơ ngác rồi hốt nhiên đại ngộ. Anh dõi theo bóng thầy đảnh lễ Tổ quay lại hỏi:

- Nhà ngươi làm sao thế?

Người môn đồ lặng thinh không trả lời anh lặng lẽ đi tìm kinh sách mà anh thường tụng niệm đốt sạch.

Đạo Phật nhận định cuộc đời là khổ đau.

Khổ đau ấy do chúng ta mê si đã tác tạo ra.

Con người lại có khả năng giải trừ khổ đau để đến chỗ an lạc yên vui.

Đạo Phật giúp ta nhiều phương tiện để nhận diện và giải trừ khổ đau phiền muộn ấy.

Nỗ lực là chính. Tha lực chỉ là sự tác trợ thứ yếu.

Hãy tự mình thắp đuốc lên mà đi. Đó là ngọn đuốc

tái huệ trong mỗi cá nhân con người.

25.

Phải hiếu kính
với cha mẹ như thế nào?

Anh chị em thân thương! Kinh Đại Tập viết: "Sanh vào thời không có Phật. Thờ cha kính mẹ là trực tiếp báo đền ơn Phật". Thờ cha kính mẹ mà không hiếu thảo với cha mẹ, xưa nay chưa có lẽ ấy. Tuy vậy thực hành tâm hạnh hiếu kính mà làm nổi bật sự khắc nghiệt của cha mẹ là trái đạo. Sách Thuyết Uyển có ghi câu chuyện cho anh chị em suy ngẫm.

Tăng Sâm là một cao đồ của đức Khổng Tử. Một hôm, ông cùng cha bừa cỏ ruộng dưa. Lỡ tay ông làm đứt mất ít rễ. Cha là Tăng Tích nổi giận cầm gậy đánh vào lưng Tăng Sâm, đau quá ngã gục chết giấc, một lúc sau trở dậy. Khi về đến nhà ông vào thưa cùng cha rằng:

- Lúc nãy con có tội đến nỗi cha phải đánh làm đau tay cha. Thật là con lỗi đạo. Nói xong lui ra, vừa gảy đàn, vừa hát để cha vui và biết rằng mình đã mạnh không còn đau nữa.

Chuyện đến tai đức Khổng Phu Tử. Ngài ra lệnh cho môn đồ cấm cửa không cho Tăng Sâm vào. Tăng Sâm nghĩ mình vô tội nên nhờ bằng hữu vào trình thầy vì cớ gì ngài giận. Khổng Tử đáp:

- Ngày xưa ông Thuấn là một người hiền, phụng sự cha là Cổ Tẩu. Lúc cha sai khiến gì thì ở luôn bên cạnh. Lúc cha giận giữ muốn giết thì lánh xa. Cha đánh bằng roi vọt thì cam chịu. Đánh bằng gậy gộc thì chạy trốn, thế nên ông Cổ Tẩu không mang tiếng bất từ. Nay Tăng Sâm thờ cha liều mình chịu cơn giận của cha, đến nỗi ngất đi, nhỡ cha đánh quá tay mà chết thì có phải làm cho cha mang tiếng ác độc, và có tội trước luật pháp. Tội bất hiếu gì còn to hơn nữa. Tăng Sâm nghe qua biết mình nhầm lẫn đến tạ tội cùng thầy.

Vậy nên: Vâng lời tín kính phụng dưỡng mẹ cha bằng gương tốt việc lành không tạo nhơn duyên để cha mẹ làm điều xấu ác. Đó mới là kẻ đại hiếu vậy.

26.

Hiếu kính với cha mẹ

Làm con biết công ơn sanh thành của cha mẹ là một điều quý.

Biết báo đền bằng hành động cụ thể giúp đỡ mẹ cha là một điều quý hơn.

Biết chịu đựng hy sinh miễn sao cho kẻ thân thương được hân hoan và hạnh phúc là điều cao quý vô cùng.

Trong cuốn Tâm Hồn Cao Thượng của nhà văn người Ý, có câu chuyện được Hà Mai Anh chuyển dịch như sau:

Lệ là đứa bé mười hai tuổi học lớp ba, con của một thư ký nhà ga nghèo khó đông con. Ban đêm ông phải thức để viết tựa để thuê cho nhà báo. Làm việc nhiều quá, mắt ông nhức và ông thường than phiền vào những giờ ăn về sức khỏe của mình. Lệ đã xin cha được phép làm giúp người, nhưng cha anh từ chối, và bày tỏ điều ông mong muốn là anh học giỏi mà thôi.

Một hôm cha anh đi ngủ. Anh rón rén đến bàn cha làm việc bật đèn ngồi vào bàn và bắt đầu viết. Đêm ấy anh viết được gần 200 tờ. Sáng dậy cha anh khoe cùng gia đình. Dạo nẩy sức khỏe ta đã khá hơn nhiều. Đêm hôm qua ta làm việc hơn mọi ngày đến mấy tiếng đồng hồ. Quay qua Lệ ông bảo:

- Cha đã khá hơn trước nhiều phải không con? Lệ cảm động quá cúi xuống đáp nhỏ:

- Dạ.

Từ đó Lệ bắt đầu làm việc giúp cha trong bóng tối. Sức khỏe từ đó kém đi. Một hôm học bài anh ngủ gục bị cha mắng, anh định thôi không viết giúp cha nữa. Nhưng hôm ấy cha anh lãnh lương có thêm năm mươi đồng nữa, ông mua một túi kẹo lớn và hân hoan báo tin cùng gia đình, mẹ anh hớn hở, các em anh reo hò được quà. Cha anh phấn khởi. Niềm vui đó thúc dục Lệ cố gắng. Một hôm Lệ mệt mỏi đánh rơi cuốn sách trên bàn. Anh sợ cha thức giấc bắt gặp. Anh nín thở lắng tai nghe. Mọi vật vẫn yên tĩnh, anh bắt đầu viết.Bỗng Lệ thét lên một tiếng, có hai bàn tay run run ôm chầm lấy đầu anh. Nghe iếng nức nở anh biết đó là cha mình, liền nói: "Cha ơi! Xin cha tha lỗi cho con!" Cha anh cúi hôn anh nước mắt người nhỏ cả lên trán:

- Lệ yêu quý của cha! Con đừng giận cha nhé. Cha đã hiểu tất cả. Chính cha phải xin lỗi con mới phải. Nói xong ông cúi xuống ôm Lệ vào giường vợ và bảo:

Hôn con đi. Đã 4 tháng nay nó không ngủ để làm việc thay ta. Ta đã phụ bạc nó, trong khi nó kiếm gạo nuôi cả gia đình.

Những tánh hạnh cao cả làm thăng hoa cuộc sống bằng những hương vị ngọt ngào thiết tha.

27.

Ba điều khó học

Người xưa học là:
Quan sát tường tận mọi vụ việc, sự lý

Phân tích rốt ráo rõ rằng trước sau các sự kiện.

Suy tư luận nghị cho thật chân xác rồi thực hành cho đến độ nhuần nhuyễn.

Tăng Tử một hôm ra mắt thầy là đức Khổng Phu Tử và thưa rằng: "Con biết thầy có ba điều con học mãi mà chưa làm được. Đó là:

Thấy người ta được một điều phải mà quên cả trăm điều trái của họ đó là thầy dễ tính.

Thấy người có điều gì phải thì vui vẻ như chính mình. Đó là tính không ganh tị.

Nghe thấy điều phải thì nhất quyết làm rồi sau mới nói đó là thầy chịu khó thực hành. Thầy là người Dễ Tính - Không Ghen Tị - Chịu Khó Thực Hành - con làm mãi, học mãi mà chưa xong.

Thật vậy:

Xả bỏ oan trái, tăng trưởng hạnh lành là ở đức dễ tính.

Không ghen tị, thì gần được thiện tử, thêm thầy, thêm bạn, học được nhiều điều hay.

Chịu khó thực hành tăng trưởng được hạnh nghiệp. Tái tạo duyên lành, dứt trừ vô minh. Đoạn diệt phiền não.

Quả vị an lạc trong tầm tay vậy.

28.

Nhân nào quả nấy

Phàm làm việc gì thì phải nghĩ đến kết quả của nó.

Gieo nhân thiện lành thì gặt quả tốt đẹp, an vui. Gieo nhân tai ác thì quả dữ không như ý nảy sinh. Làm việc phải có mục đích mới không uổng phí thời gian và công sức.

Trong kinh có câu chuyện về ngài Nan Đà đáng để chúng ta suy gẫm.

Nan Đà là em cùng cha khác mẹ với Phật. Ở hoàng cung ngài đắm mình trong thú vui ngũ dục. Ngày nọ, sau một đêm dài hoan lạc thức dậy nhìn ra ngoài vườn hoa, ngài thấy Đức Phật đang tiến dần về phía ngài, vóc dáng nhu hòa nhưng cao khiết trang trọng. Khi đến nơi, ngài ôn tồn bảo Nan Đà:

- Từ lâu ta đã thấy bên trong ta đã có phụ hoàng và em. Chính trong mục đích giải thoát chúng sanh rộng lớn. Ta thấy được đạo lý. Ta biết em đang khao khát chân thực. Ta đi trước em. Ta biết rằng hạnh phúc chân thật không thể tìm ở đâu khác ánh đạo. Ánh đạo ấy ta đem về cho em đây.

Nan Đà cảm động im lặng. Người đứng trước mình là anh, là thầy, là ân nhân. Lòng rạo rực niềm vui phúc thiện. Phật phán:

- Đường ta đi trong sáng, nhưng đầy khó khăn và trở lực; có điều thành tựu nào lại không phải vượt qua trở qua trở lực và lao lung. Em có đủ trí lực để vượt qua không?

Nan Đà gẫm suy hồi lâu rồi thuận chịu theo chân Phật về tịnh xá. Nan Đà được chúng tăng đón rước rất là ân cần. Nan Đà thấy cuộc sống có ý nghĩa cao cả đáng trọng. Nhưng vẫn còn thiếu một cái gì đó quen quen. Đó là thú vui ngư dục ở chốn hoàng cung với cung tần mỹ nữ. Phật hiểu điều đó. Một hôm đi thọ trai xa, Phật đưa bình bát của mình cho Nan Đà dặn ở nhà đổ đầy nước vào đó. Nan Đà mừng rỡ vội vã đi đổ nước vào bình để khi xong có thể chạy về hoàng cung chút xíu. Thế nhưng đổ mãi nước vẫn không đầy. Cuối cùng Nan Đà cất bình rồi đi đại. Nhưng đã trễ. Phật ở ngoài đang từ từ tiến vào, gặp nhau ngài ôn tồn bảo:

- Thôi trở lại, em đã có lời hứa với anh chưa làm

xong. Hãy tự chiến thắng mình mới đi đến đích.

Ít lâu sau Phật thuyết pháp trên cõi trời Đạo Lợi, Phật dùng thần thông đưa Nan Đà đi theo. Thật là một quốc độ tuyệt vời. Lâu đài mỹ nữ chốn này so với cung điện dưới trần hơn có đến trăm ngàn lần. Khi ông đi ngang qua một toàn cung điện tráng lệ, cung nhân mỹ nữ tuyệt vời nhưng lại chưa có chủ. Ông bằng ướm hỏi:

- Ai là người được diễm phúc an hưởng cung nầy? Các nàng thỏ thẻ:

- Nơi đây đang chờ đón một người nơi hạ giới tên Nan Đà, nếu ông ta tu hành chứng được thánh quả. Nan Đà mừng quá lập chí sẽ tinh tấn tu học hơn nữa.

Lần khác, Phật thuyết pháp tế độ cho chúng sanh ở địa ngục. Phật cũng dùng thần thông đưa ông đi theo. Ở đây ông được chứng kiến vô lượng cảnh khổ đau cùng cực không bút nào tả xiết được. Cuối cùng ông thấy năm vạc dầu sôi. Bốn vạc đều có tội nhân vẫy vùng than khóc. Riêng có một vạc được đun với nhiệt độ sắp bốc lửa mà không có tội nhân nào. Ông hỏi con quỷ coi vạc dầu nầy: "Đun làm chi vạc dầu này cho phí công?" Nó trợn mắt bảo:

- Nơi đây dành riêng cho một người ở dương thế

tên là Nan Đà nếu ông ta giải đạo trong tu tập. Nan Đà giật mình không dám hỏi thêm gì nữa.

Từ đó ông vô cùng tinh tấn tu tập. Song chư đại đệ tử của Phật vẫn thường xa lánh ông.Ông đem điều nầy hỏi Anan. Anan dùng sức quán chiếu soi rọi tâm ý Nan Đà thấy đã đến lúc độ được bằng nói:

- Chúng ta đều là môn đồ nhà Phật nhưng mục đích có khác. Chúng tôi theo Như Lai để cầu đạo vô thượng. Trước độ mình, sau độ khắp cho cả lục đạo chúng sanh. Xả hỉ, vị tha. Còn thầy chỉ sợ đọa địa ngục, mong sanh thiên để hưởng phú phấn sung sướng, Nan Đà anh hãy can đảm lên. Quả lành sẽ đến với chúng ta.

Nan Đà ngộ được chân lý ấy. Một lòng tinh tấn tu hành, phát đại hạnh nguyện mưu cầu tri kiến Phật nên đã thành tôn giả đáng trọng mà Phật tử hậu lai đều đượm nhuần công đức lớn của ngài.

Bố cục câu chuyện cho ta thấy một cách hoàn hảo sự tùy thời nghi mà thuyết pháp độ sanh.

Bỏ tà theo chánh, bỏ ngụy tìm chân.

Lìa Tiểu theo Đại, khử Thiên theo Viên.

Được vậy là khóa ngõ về tam đồ Bát nạn, xác định lập trường. Dứt khoát thái độ chí nguyện nhờ đó mà được viên thành.

29.

Thương yêu và không nên sát hại sinh vật

Anh chị em Huynh trưởng và đoàn sinh thân mến! Chúng ta đã có dịp học qua nhân quả luân hồi và nghiệp báo nên biết:

Chúng sanh trong ba cõi sáu loài tùy theo nghiệp lực mà lên xuống thọ sanh luân hồi đắp đổi làm cha mẹ, vợ, con, anh, em, bằng hữu của nhau.

Chúng sanh mê muội giết hại ăn thịt lẫn nhau. Tội chướng oán đối kéo dài biết thuở nào dứt.

Lại nữa vì gian tham lừa đảo, bịp quịt lẫn nhau, nên phải sanh thân trâu ngựa mà trả nợ cho người. Vì bóc lột, keo lẫn tham đắm của tiền, chết không toại nguyện nên thường đầu thai làm chó mèo giữ của. Vì làm biếng ăn hại của người mà không chịu làm việc thì đầu thai làm heo ủn ỉn trong chuồng chờ ngày bị giết v.v...

Câu chuyện con chó nhà ông Đế Đô mà tôi sẽ kể ra sau đây nói lên được một phần ý nghĩa ấy:

Đế Đô là một trưởng giả giàu có, nhà ông có nuôi một con chó hung dữ. Đế Đô rất quý con chó khôn ngoan ấy.

Một hôm, Phật kinh hành khất thực qua đấy. Chó chạy ra vồ Phật. Phật dùng Pháp Từ Bi Tam Muội nhìn thẳng vào chó và đưa tay dỡ hai chân trước nó. Trong hào quang khai ngộ của Phật, chó hiểu rằng: Vì tâm tham lam keo lẫn mà nay phải thọ thân làm chó cực nhục khôn lường. Hãy sám hối xả bỏ tâm hạnh ấy, và nó thành tâm sám hối thực hành nhịn ăn nằm lì một nơi.

Đế Đô khi về thấy chó bệnh nên hỏi gia nhân được học thuật lại đầu đuôi sự việc. Đế Đô gặp Phật để bắt đền con chó quý. Phật thương xót dạy cho Đế Đô biết chó ấy chính là mẹ ông. Đế Đô tức giận không tin mà cho rằng Phật có ý mạ lỵ tông môn nhà ông là loài chó. Phật chỉ rõ cho ông biết lúc sanh thời bà có để riêng một số vàng bạc châu báu quý giá, bà đem chôn dấu trong góc phòng, khi chết chưa chỉ cho.

Khi về đến nhà, Đế Đô cho đào chỗ chó thường nằm quả nhiên bắt gặp một hủ đầy vàng bạc châu báu. Bấy giờ ông khởi tâm tin kính tam bảo và bày tỏ sự ăn năn. Ông trở lại gặp Phật thành tâm sám hối. Sau đấy không bao lâu con chó nhà ông chết một cách bình thản.

Tối hôm ấy, Đế Đô nghe có người gọi tên mình, ngước nhìn lên hư không, ông thấy một người đàn bà đẹp dịu dàng xác chứng cho ông hay: "Chó ấy chính là ta, là mẹ ngươi nhờ sự sám hối của con và sự tế độ của Phật mà ta được sanh lên cõi trời". Lại nữa tiền bạc ngọc ngà châu báu cũng là một thứ chó dữ làm hắc ám tâm trí. Là đầu mối gây ra bao nghiệp tội. Là mẹ của tội chướng phiền não. Hãy khai tử con chó tham ác trong tâm của mình. Muốn đối trị tham tâm thì hành thân bố thí. Bố thí chơn chánh cùng giúp người đến bờ giác ngộ nên gọi là Bố Thí Ba La Mật vậy.

30.

Đoàn kết
(Hòa hiệp chúng)

Đứng trước một sự kiện ở thế gian dù đúng lý hay nghịch lý cũng chưa hẳn là một sự kiện hoàn hảo.

Hãy quán xét xa gần tìm mọi nguyên nhân bằng tâm hồn trong sáng thanh tịnh. Không dính mắc, vị tha, bình đẳng mới có thể tránh được những sai lầm do thái quá hay bất cập mà nên. Chính sự kiện nầy đem đến phiền não đau lòng.

Ở thế gian không phiền não đau lòng nào trầm trọng tai hại cho bằng sự hiểu lầm và chia rẽ nội bộ. Nó là con trùng độc làm thối rửa cơ cấu và tìm lực của tổ chức.

Là Huynh trưởng, là đoàn sinh Gia đình Phật tử, không thể quên câu chuyện dưới đây:

Ngày xưa, tại vùng Câu Xá Hi có một vị trưởng giả nhờ ngài A Thù hướng dẫn mà thấm nhuần đạo lý nhà Phật. Ông thường cúng dường trai tăng, xuất kho bố thí cho kẻ nghèo khó. Ngài chỉ có một con trai và nuôi thêm một đứa cháu trai con của người em gái, vợ mất sớm. Con và cháu tuổi cận kề nhau. Lúc sắp qua đời ông cho người mời ngài A Thù đến và phó chúc rằng: "Tôi có một số báu vật riêng cất, chôn tại chỗ nọ, gia đình cháu con không ai biết đến. Mai kia hai đứa trẻ thành nhân, ngài thấy đứa nào có đức hạnh biết tín kính tam bảo, yêu thương kẻ nghèo khó, cô quả, tật nguyền, thì ngài chỉ chỗ chôn báu vật để chúng có thêm phương tiện mà hành đạo giúp đời". Ngài A thù nhận lời và trưởng giả hoan hỷ lìa đời.

Khi hai trẻ lớn lên, con ruột trưởng giả giao du với hạng tà kiến, hoang lung phóng túng tiêu tán hết gia sản cha ông. Còn đứa cháu sống đời hạnh đức siêng chăm học tập pháp Phật, yêu kính chúng sanh, bảo bọc đồng loại. Bởi vậy ngài A Thù chỉ chỗ chôn báu vật. Chẳng mấy chốc người cháu trở nên giàu có lớn.

Sau khi gạn hỏi và biết được việc này, người con giận lắm, liền đến thưa cùng tôn giả A Nan rằng:

- Thưa ngài của cha mẹ để lại các con được hưởng hay các cháu ưu tiên được hưởng?

Ngài A Nan trả lời:

- Dĩ nhiên của cha mẹ thì các con được hưởng.

Nó bèn nói:

- Thế sao của cha tôi để lại, ngài A Thù lại lấy đem cho con của cô tôi cả? Nghe xong ngài A Nan tức tốc đến trú xứ ngài A Thù trách ngài là không có dạ công bình chưa xứng đáng là Sa Môn thích tử. Ngài A Thù làm thinh nhưng không nhận lỗi. Các trưởng lão ở đây có biết chuyện đều xác chứng ngài A Thù hành động đúng. Ngài A Nan trở về và hai ngài trở nên bất hòa hiệp với nhau. Trong một thời gian khá lâu. Sự kiện này làm tứ chúng môn đồ vô cùng đau buồn vì theo luật: Tăng bất hòa hiệp thì không thể tác tuyên luật định được, không nhận của đàn na tín thí, không giảng kinh thuyết pháp tảo sanh được.

Một hôm ngài La Hầu La du hóa qua vùng Ca Du Xa Vệ gần đó thấy khung cảnh toàn vùng u trệ kém vui. Hỏi ra được các tín nữ dòng họ Thích kể rõ đầu đuôi mọi chuyện. Nghe xong ngài La Hầu La bảo:

Việc dễ ợt. Ít hôm nữa ngài A Nan sẽ đích thân qua đây, các ngươi cứ làm như vầy, như vầy, mọi việc sẽ được an lành tốt đẹp.

Quả nhiên ít hôm sau ngài A Nan có du hóa qua đây. Khi ngài mới bước chân vào làng. Đoàn thiếu nữ đông đảo kéo ra đảnh lễ ngài. Họ phải để con xuống và khi đứng lên họ không chịu bồng con theo khiến chúng khóc thét lên. Thế nhưng họ vẫn nhất định đứng đó. Ngài A Nan trách: "Con là núm ruột của mình sinh ra, nghe các cháu khóc như vậy các ngươi không xót sao?".

Năm trăm Thích nữ đồng bạch:

- Dĩ nhiên là chúng tôi đau lòng xót ruột, nhưng không thiết bằng sự bất hòa hiệp giữa hai ngài.

Ngài A Nan lạnh toát cả người, mồ hôi vã ra. Sau một phút xúc động nội tâm. Ngài vội vã quay gót trở về tịnh xá đảnh lễ ngài Ưu Ba Ly xin họp chúng. Khi chúng tăng câu hội đã đủ, ngài Ưu Ba Ly hạ phủ xích hỏi:

- Ngài A Thù có tội gì?

Ngài A Nan đảnh lễ đại chúng bạch rằng:

- Ngài A Thù không có tội gì cả. Chính tôi mới là người có lỗi. Bạch xong ngài A Nan đến trước A Thù đảnh lễ. Tin ấy loan truyền rất nhanh. Mười phương thiện tín xiết đỗi vui mừng. Lũ lượt kéo nhau đến trụ xứ nầy cúng dường.

Anh chị em Huynh trưởng và Đoàn trưởng thương kính, các bậc tôn túc thanh văn chỉ vì một lòng muốn được công bằng bình đẳng mà vướng mắc phải sai lầm huống hồ chúng ta phàm phu tiện trí.

Cho nên hãy sống và hành xử với nhau trong pháp chế Lục Hòa mới khử trừ được sân tâm cùng phát triển huệ trí trên con đường giáo dục trẻ hành đạo giúp đời vậy.

31.

Sanh tử

Mọi người từ thượng đến hạ ngu, ai lại không biết sanh - lão - bệnh - tử là khổ. Nhưng trong cuộc sống họ úy ky tảng lờ như quên khuấy không có chứng hiện hữu. Bởi những vấn để ấy làm cuộc đời rắc rối, khổ não, không vui. Nên đến khi cụng đầu với nó thì hốt hoảng lo sợ nuối tiếc, nhưng cũng buông tay đầu hàng trước thực trạng tử sanh.

Nhà Phật gọi đây là bốn bức thành, mắt không thấy giới hạn hình thể, tay không rờ thấy hình tượng vách nhưng hãm vây không sót một ai. Bởi ý thức sợ hãi hốt hoảng đó nên khi lâm chung, thần thức quyết định phải tìm cách sống lại bằng bất cứ dưới hình thức nào. Đó là sức mạnh của nghiệp lực chủ động bước tái sanh, và ngàn đời chìm đắm (trầm luân) khổ ải. Phàm mọi sự vật có sanh ắt có tử. Đó là một định luật. Định luật vô thường. Đã vô thường tất có mà không thật, có mà không thật nên gọi là huyễn.

Tu là lên đường tìm về cái thật. Sanh - Lão - Bệnh - Tử là tướng trạng của huyễn. Nên bỏ huyễn mà không tiếc thương. Có vậy mới không tham đắm xả bỏ tất cả để sống đời tịnh hạnh.

Không luyến tiếc, tham đắm, sợ hãi, không luyến lưu không tìm cách trở lại tức đi đến chỗ vô sanh. Đã vô sanh làm gì có lão và bệnh cùng tử. Tức thoát ly tứ khổ hải. Trong kinh có câu chuyện nầy.

Xứ kia có một người đàn bà, bất hạnh đứa con trai độc nhất vừa lâm trọng bịnh và qua đời. Bấn loạn bà ôm lấy xác con gào thét và chạy nhảy lung tung xin mọi người xót thương cứu mạng con mình.

Có một thức giả trong làng đón bà lại và bảo: "Bà nên đến tịnh xá của Phật thành tâm đảnh lễ và xin ngài tế độ cho. Ngoài Phật chả ai có thể giúp được". Bà y theo lời chỉ dẫn, ôm xác con chạy ngay đến tịnh xá Phật, xin Phật từ bi cứu độ con bà. Phật bảo:

- Được, an tâm đi, ta sẽ cứu cho, giờ bà hãy để đứa bé ở đây, rồi chạy vào làng xin cho ta một hạt cải hay một nắm tro trong một gia đình nào đó mà từ hồi nào đến giờ chưa bao giờ có người thân chết.

Bà đi từ đầu thôn đến cuối xóm, tro và hạt cải thì đâu mà không có, có điều không một gia đình nào mà không có người thân không chết cả. Thì ra cái chết là điều mà không ai có thể không kinh qua. Tâm hồn bà trở nên thư thái. Bà hối ngộ được bản chất của sanh tử. Khoan thai bà trở lại tịnh xá nhận xác con đem về an táng rồi xin Phật xuất gia. Nên biết thân thể hữu cơ nẩy nhà Phật gọi là báo thân nên không được quyền xả bỏ bằng cách tự sát, vì đó là một cách chạy trốn một cách hèn nhát. Ngược lại còn phạm tội giới sát. Ngược lại phải tốc xả mê đồ siêu sanh tịnh độ bằng cái hành vô mỹ, vô công và vô danh vậy.

32.

Tràng hoa bong bóng

Hãy coi thân tứ đại như loài rắn dữ. Đừng tìm cách thỏa mãn dục vọng cũng như trau chuốc nó.

Hãy coi tham sân si như căn nhà lửa hãy thoát ra kẻo nó đốt sạch gia tài thiện pháp đã tích tập nhiều đời. Trong kinh có câu chuyện rằng:

Ngày xưa ở một xứ nọ, có một nàng công chúa được cha yêu vì. Một hôm thấy trời mưa. Trên mặt hồ nổi lên những tràng hoa bong bóng thật đẹp. Nàng thích quá muốn làm một xâu chuỗi để đeo. Vua bảo bong bóng nước đâu có thể cầm bắt được, làm sao kết thành tràng. Công chúa không chịu đòi tự tử. Buộc lòng vua phải cho mời các người thợ giỏi nhất nước để tìm cách thực hiện, nhưng ai cũng bó tay. Sau có người thợ già cam đoan mình có thể làm được, nhưng phải mời công chúa đến chứng kiến. Khi công chúa đến người thợ bảo.

- Tôi có biệt tài kết bóng nước, có điều không phân

biệt được tốt xấu, xin công chúa cứ chọn những cái tốt đưa cho tôi vậy. Công chúa tự tay bắt cả buổi mà không được bóng nào. Sau cùng mỏi mệt quá, nên đành phải bỏ ý định đi.

Nàng đã hiểu bong bóng nước làm mê hoặc mắt người. Tuy có hình chất, nhưng sanh diệt liền tay. Thân người cũng giả dối, vui ít khổ nhiều. Sanh sanh diệt, không thể tồn tại lâu dài.

Phật tánh như nước. Thân người như bong bóng nước. Mỗi khi tâm động thì hiện tượng sanh. Tâm tịnh thì hiện tượng diệt.

Biết vậy ta luôn quay về nhà lớn là chỗ chân thường, Không đuổi theo huyễn. Tướng phù du mà đưa mình vào sanh tử luân hồi khổ đau.

Thật đáng cho chúng ta phải lưu tâm suy gẫm vậy.

33.

Vàng bạc là oán tặc

Vàng bạc thường làm hắc ám tâm trí, những ai không đủ ý chí nghị lực làm chủ nó. Một học giả Tây phương đã từng nói "Tiền bạc là người đầy tớ tốt, nhưng lại là một ông chủ xấu xa". Bởi tiền bạc khơi dậy lòng tham vốn không đáy xúi dục ta hành động bạo tàn, tạo ác nghiệp oán đối kéo dài trầm luân trong bể khổ luân hồi nghiệp báo.

Trong Đại Tạng Kinh có câu chuyện:

Ngày Phật còn tại thế. Một hôm ngài dẫn môn đồ du phương khất thực trên một con đường lớn. Bỗng ngài rẽ qua một lối nhỏ. A Nan thấy vậy bằng hỏi nguyên nhân. Phật bảo: "Ở trước kia có oán tặc đón đường. Chốc nữa có ba người Phạm chí đến tất bị hại." Sau đó có ba người Phạm chí đi băng qua đấy. Dưới một gốc cây to mát họ bắt gặp một bao đầy vàng ngọc châu báu và còn vung vãi cả ra bốn phía nữa.

Họ lượm chất lại một chỗ rồi cùng bàn với nhau rằng: Giờ cũng đã trưa. Hai người ở lại giữ vàng ngọc. Một người xuống đổi vào chợ mua thức ăn ngon lên đánh chén một bữa rồi chia đều ba phần kho báu quý này.

Khi trên đường đi đến chợ người Phạm chí nghĩ: "Bây giờ ta mua độc dược bỏ vào thức ăn. Hai thằng ăn vào ắt chết tốt. Thế là mình làm chủ trọn vẹn số vàng ngọc vô giá kia". Anh bèn thực hiện kế hoạch đầu độc xong mới đem thức ăn về. Hai Phạm chí ngồi trên bao vàng ngọc dưới gốc cây mưu tính cùng nhau khi đứa kia trở về sẽ bất ngờ dùng gậy đánh chết và chia hai số vàng bạc ấy. Có tiếng chân người đến, Chúng nhìn ra là bạn mình đã đem thức ăn về. Khi đến nơi bất ngờ bị hai bạn đồng hành đánh chết. Chúng khiêng ném thây bạn vào rừng rồi lấy đồ ăn ra ăn ra dùng. Khi chúng no say định phân chia tiền bạc thì thuốc độc ngấm vào nội tạng ngã lăn ra chết.

Qua giờ ngọ trai. Phật đưa đại chúng trở lại đường cũ. Thầy trò làm lễ hỏa táng cho ba Phạm chí rồi bỏ đi.

Cho nên giới luật nhà Phật cấm hàng xuất gia không được thủ giữ vàng bạc kim khí quý, đá quý. Châm ngôn của hàng xuất gia là "Xả thân cầu đạo, xả phú cầu bần". Xả thân thì diệt được cái ta, cho nên cố chấp, hẹp hòi, sân hận, si mê, tật đố, nghi kỵ không sanh. Xả phú thì hành hạnh bố thí nên tâm tham không phát khởi, từ đó mới có thể tăng trưởng trí tuệ mà ngộ nhập đạo lý vô thường.

34.

Không nên núp dưới ô dù

Nên giữ gìn tư cách, trau dồi trí đức và tác phong nghiêm chỉnh, trong đi đứng nằm ngồi, ăn uống ngủ nghỉ.

Không nên dựa thế kẻ khác. Không nên lấy bè bạn, thân quyến trang sức cho hiện thân của mình. Bởi những giả tưởng ấy không mãi che mắt được người và chắc chắn ta sẽ sầu muộn buồn khổ và lụy thân. Đó không phải là điểm dựa tốt. Điểm dựa tốt và tư duy trong sáng và hạnh lành của chính bản thân ta. Đó là hành trang thiết yếu để vãng oanh tây phương hay cứu cánh nát bàn

Trong kinh có câu chuyện:

Ngày xưa có một vị tỳ kheo vừa đi lang thang trên quãng rừng vắng vẻ và rưng rưng khóc. Bỗng có con quỷ hiện ra đón hỏi:

- Ông đi đâu? Tại sao lại khóc?

Tỳ kheo đáp:

- Tôi chẳng may phạm giới bị giáo hội trục xuất. Dân chúng thấy thế không cúng dường nữa. Tôi phải bỏ tụ lạc ra đi. Nghĩ tủi thân mà khóc.

- Thế ông cũng đồng cảnh ngộ với tôi. Tôi vì bị tội nên bị Từ Sa Môn Thiên Vương đuổi. Bây giờ tôi có thể giúp ông được dân chúng tín nhiệm cúng dường long trọng. Nhưng ông nhớ, khi được dân chúng cúng vật gì, trước phải cúng vái tôi. Tỳ kheo ưng thuận. Quỷ bèn cõng tỳ kheo bay về tụ lạc lủ. Dân chúng ở tụ lạc thấy tỳ kheo từ trên trời từ từ hạ xuống chứ nào thấy quỷ. Nên nghĩ tỳ kheo nầy đắc đạo có đầy đủ thần thông đẳng vân được trên hư không, nên cung kính cúng dường lễ bái rước về chùa. Họ lại còn trách giáo hội xét xử thầy tỳ kheo nầy không công bình, đuổi người chứng đắc. Từ đó dân chúng tấp nập cúng bái. Lễ vật tươm tất. Tỳ kheo hứa mỗi mỗi cúng vái đều gọi tên quỷ cả.

Ngày kia quỷ cõng tỳ kheo đi trên hư không chẳng may gặp quân của Từ Sa Môn Thiên Vương. Quỷ kinh hãi ném tỳ kheo xuống đất nát thây, còn nó thì đào tẩu mất dạng.

Sống ở đời, mưu công danh cầu địa vị ngoài tầm vóc trí tuệ thân phận của mình, đó là cách tự với họa ương như vị tỳ kheo vi phạm tính hạnh ấy vậy.

35.

Nên cúng kỵ ông bà tổ tiên như thế nào?

Cúng kỵ ông bà tổ tiên, cha mẹ đã qua đời là để truy tiến báo ân. Cùng nhắc lại hạnh nghiệp người quá vãng để răn dạy cháu con phải nhớ cội nguồn mà lo trau dồi tánh đức. Đó là một việc làm đúng đắn ý nghĩa. Đó là điểm son trong sinh hoạt truyền thống dân tộc và đạo lý của tôn giáo chúng ta. Do vậy việc làm quý ở chỗ tâm thành chứ không phải cỗ bàn thịnh soạn.

Lợi dụng những ngày ấy để sát sanh hại vật, ăn uống linh đình là tạo ác nghiệp khổ báo. Chẳng những không lợi cho người sống mà còn gây họa cho kẻ đã qua đời. Đó là chưa kể đôi khi ta giết người để cúng người. Oan trái biết bao. Bởi do mê si mà chúng sanh luân hồi thăng giáng trong ba cõi sáu loài. Trong chúng kinh soạn tập thí dụ có ghi lại câu chuyện kể rằng:

Ngày xưa có một trưởng giả, rất mực tín kính tam bảo, nhân từ yêu thương và giúp đỡ mọi người, nên khi chết liền được sanh thiên. Còn thân xác thì con cháu làm lễ hỏa táng lấy xá lợi bỏ vào một cái hộp để lên hương án mà thờ. Gia quyến dùng trầm hương phẩm vật quý giá cúng tế linh đình xúm nhau khóc kể thật là thảm thiết.

Trưởng giả ở thiên cung nhìn xuống thấy con cái mình dại dột vì thương cha ông mà làm những chuyện vô ích nên muốn thức tỉnh.

Trưởng giả liền hóa thân làm một chú mục đồng tay ôm bó cỏ, tay dắt con trâu đi qua cổng nhà. Đến đây trâu bỗng nhiên ngã lăn ra chết. Đứa nhỏ vạch miệng trâu đúc cỏ vào mồm rồi bảo trâu ăn, trâu không ăn được. Đứa nhỏ la hét om sòm. Con cháu vị trưởng giả thấy chuyện nực cười, đồng chạy ra khuyên can:

- Này chú bé kia, sao lại khờ khạo đến thế. Trâu đã chết làm sao ăn được mà hoài công la hét quát tháo ầm ĩ thế! Đứa bé đáp:

- Trâu của tôi mới chết, miệng vẫn còn đây, bụng vẫn còn đó. Hy vọng nó có thể còn ăn uống được. Còn coi người! Ông trưởng giả đã chết thân xác ông đã hỏa táng. Nhục thân giờ đây chỉ còn có chút tro xương, thế mà các ngươi giết hại sinh vật, bày biện cúng tế linh đình, khóc lóc kể lể minh tác, thì lại có khôn gì, sao bảo ta khờ khạo.

Cả nhà trưởng giả ngạc nhiên và đồng tỉnh ngộ.

- Ô ngươi thật là kẻ thông minh, nhưng ngươi là con ai, và ngươi từ đâu đến đây. Một âm thanh từ trên cao và rất xa vọng xuống:

- Ta là cha ông các ngươi đây. Nhờ một lòng tín kính tam bảo, giúp đỡ săn sóc ủy lạo mọi người mà nên khi thác ta được sanh thiên thấy các ngươi không lo tu hành, mãi mê chìm đắm trong tình quyến thuộc làm điều vô bổ nên hiện xuống để cảnh tỉnh các ngươi.

Nhìn lại cậu bé, trâu và cỏ đã biến mất. Toàn gia đình hướng vào hư không đảnh lễ và nguyện sẽ y giáo hành trì.

Lại nữa trong kinh có dạy: "Nếu ai vì thân bằng quyến thuộc quá vãng mà tác tạo các việc công đức thì bảy phần người chết chỉ hưởng một phần mà thôi. Các phần còn lại người sống đều hưởng cả".

Kết hợp giữa tôn giáo và phong tục của dân ta, Phật tử chúng ta nên tổ chức trai soạn kỷ niệm. Giới thiệu cuộc đời công đức, sự nghiệp của tiền nhân làm gương cho cháu con. Giới thiệu bà con xa gần cho cháu con đồng biết và cùng một lòng phát tâm cầu nguyện cho hương linh người quá vãng tội chướng, nghiệp chướng thảy tiêu trừ. Hẹn ngày hội ngộ nơi tây phương an lạc quốc hay long hoa thắng hội của đức Đương Lai Hạ Sanh Di Lặc vậy.

Đó là cách thù ân chúc tán thắng diệu nhất nên làm.

36.

Niềm tin và sự sống

Phật có dạy:

Việc khó nhẫn nên nhẫn.

Việc khó làm nên làm.

Biết việc tốt và ưu điểm của kẻ đối nghịch là một điều khó.

Biết quên mình vì lợi ích chung là một điều khó hơn.

Biết người biết ta, xử lý hài hòa, giải được oan trái oán đối. Hợp tác cùng nhau làm việc đại nghĩa. Đó là hành động ưu việt của thánh nhân.

Trong cuốn sử ký của Tư Mã Thiên có chép câu chuyện giữa ngài Lạn Tương Như và Kỳ Tướng Liêm Pha nội dung như sau:

Biện sĩ Lạn Tương Như và Thượng Tướng Liêm Pha cùng phò Triệu Vương. Tần vương ỷ mạnh đánh Triệu vương thắng luôn mấy trận lớn rồi rút quân về. Xong phó hội với Triệu để ép Triệu cắt đất cho mình. Triệu vương e ngại, nhưng Liêm Pha cùng ước với Tương Như. Rồi Tương Như thì theo phò Triệu vương mà ứng đáp mách nước cho vua đường lối tiến thoái ở cuộc hòa đàm, Liêm Pha trông coi triều nội giữ gìn bờ cõi. Nếu sau 30 ngày vua và Tương Như không về thì phò Thái tử lên ngôi.

Đến khi phó hội, Tần vương ngỏ ý muốn Triệu vương hát một đoạn dân ca của Triệu. Triệu vương nhận lời, Tần vương gọi quan thái sử đến bảo chép rằng:

"Ngày đó, tháng đó, Tần vương sai Triệu vương hát cho mình nghe".

Tương Như liền chụp cái phễu nhảy đến sát Tần vương và tâu: "Nhờ bệ hạ gõ vào cái phễu để thần hát một điệu ca Tần". Tần vương không chịu. Tương Như dọa thí thân. Giáp sĩ ở xa không cứu giá kịp. Thế là Tần vương gõ vào cái phễu cho Tương Như hát. Hát xong Tương Như gọi quan Thái Sử đến và bảo chép:

"Ngày đó tháng đó, hai vua Tần, Triệu hội ở một nơi, Tương Như nhờ vua Tần gõ vào cái phễu để mình hát."

Khi phó ước xong, trở về Tần vương không làm

được gì Triệu. Triệu vương nhớ ơn Tương Như gỡ
nhục cho mình nên phong Tương Như làm thừa
tướng. Liêm Pha bất mãn không phục, vì chính ông
đã xông pha trận mạc quyết một lòng bảo vệ tổ quốc
quê hương. Biết vậy nên mỗi khi tiến trào Lạn
Tương Như cáo ốm để tránh cho Liêm Pha đừng
giận. Đi đường gặp Liêm Pha ông rẽ lối khác. Môn
hạ ông lấy làm bất mãn bằng trả chức xin về và nói
rằng:

- Chúng tôi bỏ xóm làng bằng hữu cha mẹ, vợ con
theo hầu ngài cũng chỉ vì ngài là người tiết liệt,
chánh chân quân tử. Nay thấy ngài khiếp nhược oai
phong của Liêm Pha đến độ không còn tư cách,
chúng tôi không thể ở lại cùng ngài.

Lạn Tương Như bèn hỏi lại rằng:
- Tần vương và Liêm Pha ai là kẻ oai dũng hơn?

Môn hạ đáp:
- Tần vương hơn xa.

- Thế giữa trào nội của Tần vương ta còn bắt chẹt
Tần vương phải hạ mình gõ phểu cho ta hát rửa
nhục cho Triều vương, cớ gì ta phải hạ mình nhẫn
nhịn Liêm Pha. Ấy các ngươi xem chỉ vì tổ quốc
thiêng liêng của chúng ta. Sở dĩ Tần vương chưa lấy
dấy động đạo binh cũng chỉ vì Triệu nẩy còn có ta và

Liêm Pha. Nay hai ta mà tỏ ra hiềm khích nhau thì Tần sẽ xua quân xâm lấn. Đại sự ấy khiến ta ẩn nhẫn vậy.

Ngày kia Liêm Pha biết được việc nẩy lòng hối hận, thấy mình có lỗi với bạn đồng liêu quý kính. Một thân một mình đến doanh phủ Tương Như xin vào hội kiến đảnh lễ tạ tội xin lỗi. Cả hai ôm lấy nhau mừng vui trong trọng kính. Môn hạ hai bên cảm động rơi lệ trong hân hoan.

Lỗi của Liêm Pha chúng ta thường mắc phải.

Tương Như nhịn bạn tế nhị việc ấy khó làm.

Liêm Pha hối hận và hành động cao thượng đầy hào khí của một thượng tướng quý kính vô cùng.

Cả hai đều có nhân phẩm tuyệt vời mà anh chị em chúng ta cần phải gẫm suy và thực hành vậy.

37.

Nhân nào quả nấy

Tâm động muốn bình yên, bình yên không đến.

Nói lời xấu ác mà muốn an lạc, an lạc không lại.

Không tu không hành mà muốn giải thoát, chẳng khác nào nấu cát thành cơm.

Tu là sửa, sửa ở nghiệp nhân, chứ không sửa nghiệp quả. Trong kinh có câu chuyện ngụ ngôn nói về vấn đề nầy. Nội dung thuật lại rằng:

Một hôm chúa Hoàng Oanh gặp chúa Cú, cú khúm núm thưa:

- Quê hương anh thật tuyệt vời, con người ở đây thật phúc thiện. Mỗi khi anh hót tôi thấy mọi người đều lắng nghe. Lòng họ hân hoan vui thích. Họ muốn anh ở gần và tiếp tục ca hát mãi thôi. Còn quê hương tôi, mỗi khi cao hứng tôi phải tìm nơi vắng vẻ không có bóng người mà hót. Thế mà vẫn không yên. Họ đập đánh xua đuổi tôi từng gang tấc, tủi thân lắm anh ạ. Hay là anh cho tôi xin tá túc nơi giang sơn nầy với.

Hoàng Oanh xót xa yên ủi bạn:

- Nói thật anh đừng buồn. Bên ấy hay bên nầy, con người vẫn vậy thôi. Anh không thể tìm sự thoải mái được nếu anh không thay đổi được tiếng kêu và thái độ. Nếu suốt đời mặt anh cứ nhăn nhó, miệng anh cứ kêu cú! cú! cái âm thanh rùng rợn ấy như báo hiệu một sự chết chóc đau thương sầu buồn. Anh nghĩ xem điều mà chúng ta lẫn con người không ai muốn giáp mặt trong cuộc sống vốn đầy lao lung nầy.

Cú gật gù rồi tung cánh bay đi, và từ đó cú không còn xuất hiện trên vòm trời nầy kể từ khi mặt trời vừa ló dạng đến lúc lặn đi.

Anh chị em khéo suy ngẫm ít nhất cùng là trong một tuần để thấy rằng mình cần nghĩ gì, nói gì, làm gì mỗi khi cần phải làm việc với đời, với người trong giao tế làm ăn và tu tập.

38.

Tiệm thứ tấn tu

Cuộc đời và đời người có nhưng không thật thà nhà Phật gọi là huyễn. Theo huyễn là vọng. Tu là bỏ vọng về chân, bỏ huyễn về thực. Giải tỏa mọi mắc mưu trói buộc thân tâm trong huyễn vọng sanh tử luân hồi. Bởi vậy muốn liễu thông đạo quả, 10 phương ba đời chư Phật, chư hiền thánh, chư lịch đại tổ sư để xả phú cầu bần, xả thân cầu đạo. Xả phú thì đoạn được giặc tham. Xả thân thì ngũ âm tịnh lạc. Tóm lại là bỏ được ngã, được pháp lòng chỉ thuần cầu Phật đạo vô thượng.

Sau biểu cố mùa xuân 1975. Người đi chùa thì ít, Nhưng người học Phật lại tăng cao. Phần lớn lại là bậc hữu học, có học vị rất cao. Do đó có lắm vị nghĩ rằng, mình phải nghiên cứu các bộ kinh điển đại thừa tối thượng thừa hay thiền tôn, mật tông mới đáp ứng được sự khao khát của họ. Bởi suy nghĩ như thế nên xem thường những pháp môn sơ khai tâm pháp, hiểu biết trở thành chướng ngại (sở tri chướng) thật đáng thương vậy.

Trong kinh Bách Dụ có một thí dụ nội dung thế nầy:

Thuở xưa có một người đương cơn đói bụng. Đến tiệm bánh mua bánh ăn một loạt năm sáu cái mà vẫn chưa no. Mua thêm cái thứ bảy, vừa ăn được nữa cái thì no. Y hối hận nghĩ là mình dại và tự nói rằng. "Phải chi mình chỉ mua nữa cái bánh sau cùng nầy ăn no liền đỡ tốn tiền ăn chi sáu cái đầu thật vô lý".

Tự phụ về sở học uyên bác. Học vị mình đã đạt được ngoài đời. Không đặt nền móng giới hạnh căn bản tấn tu, mà chỉ lo tối đại thượng thừa với người ăn bánh nào có khác xa là mấy. Phải thẩm suy vậy thay.

39.

Thần thông và tu chứng

Nước trong bốn biển chỉ có một vị là mặn. Đạo của Như Lai cũng chỉ có một vị đó là vị giải thoát. Mục đích của đạo Phật là giải thoát.

Được thân người là quý, bởi đó là phương tiện diệu dụng để liễu chứng bồ đề đạo quả. Mười phương ba đời chư Phật thị hiện cũng chỉ vì một đại sự nhân duyên ấy. Khai thị chúng sanh ngộ nhập tri kiến Phật.

Khai mở được lòng hoa Phật tánh là liễu đồng càn khôn vũ trụ. Đừng tham đắm thần thông biến hóa quỷ sự như yêu ma. Vì con người là nơi giao hợp giữa âm và dương, là nơi tụ hội của ngũ hành, là tử khí của quỷ thần.

Ngày xưa ngài Pháp Dung ở trên núi Ngưu Đầu chuyên tâm tham thiền cho đến quên ăn bỏ ngủ, cảm đến cầm thú. Chúng mang hoa quả đến cúng dường ngài. Thế mà về sau phải nhờ Tổ Đạo Chí chỉ cho yếu pháp của Thiền Tông ngài mới thông ngộ tiếp tục tu trì. Lúc ấy ngài thu thần nhập chánh định, cầm thú đâu thấy ngài được nữa mà cúng dường, mới biết người đạt đạo nào khác đâu như kẻ bình thường.

Lại như sư Phổ Nguyện ở núi Nam Tuyền, một hôm xuống núi thăm Trang Sở, được Trang chủ tiếp đón trọng thể, sư Phổ Nguyện tỏ bày sự ngạc nhiên. Trang chủ cho biết: "Khi hôm có thổ thần đến mách bảo nên con đâu dám không chuẩn bị để tỏ lòng tín kính". Ngài Phổ Nguyện buồn rầu than "Ôi ta tu vô lực để quỷ thần biết tâm".

Thế mà ngày nay nhân giả tham thiền mà cầu mong được như quỷ thần đến độ cho ma chướng chiếm đoạt thân mình làm trò huyễn hóa mà cho là chứng đắc tự phụ, không đáng buồn lắm ru.

Lại nữa Thiền sư Đạo Ưng, đệ tử ngài Đông Sơn Lương Giới cất am trên đỉnh Tam Phong chuyên tu thiền định hàng ngày cứ đến giờ qua đường thì về chùa thọ trai cùng đổ chúng. Bỗng dư bảy ngày sư không xuống thọ trai. Đông Sơn cho người gọi sư xuống hỏi nguyên nhơn, ngài đáp: "Được thiên thần cúng dường". Đông Sơn quở ông còn chỗ kiến giải. Đến chiều sư xuống. Đông Sơn hỏi: "Không nghĩ thiện không nghĩ ác. Cái gì là bản lai diện mục của am chủ". Nghe lời dạy Đạo Ưng về am thấy im lặng mấy hôm, thiên thần không tìm ra sư để cúng dường.

Được thiên thần cúng dường còn bị quở, còn chỗ kiến giải. Buông xả mới có thể mở gút thắt cột ta vào thuyền vọng hư dối.

Cho nên khi Phật còn tại thế ngài cấm ngặt việc dùng thần thông để học đạo cũng như hộ đạo.

Chúng ta thật đáng lưu suy nghĩ cho tận cùng kỳ lý đường tu chứng mới hanh thông tinh tiến vậy.

40.

Giữ cửa

Khi ta còn phàm phu thì tai mắt mũi lưỡi thân và ý là sáu cửa để cho giặc phiền não tấn công, nhiễu hại thân tâm. Thân nhiếp nó thì lục tặc không chỗ tác dụng. Thất tình không có chỗ phát khởi. Do đó Phật tánh ngày càng tiến bộ.

Xác thân là huyễn.
Dục lạc là vọng.

Theo huyễn theo vọng là theo giặc, bỏ nhà suốt đời đắm trong biển khổ sanh, tử không thoát ra được.

Đừng thấy thần thông phù chú huyền thuật của ngoại đạo mà ham tất cả mọi hiện tượng siêu việt đều có sẵn trong ta chỉ vì mê si mà không phát khởi được vọng ngoại là bỏ ngỏ cho giặc dọn sạch kho tàng vô giá trong mình, là bán linh hồn cho quỷ là làm việc rồ dại. Trong kinh Bách Dụ có câu chuyện:

Ngày xưa có một người gặp việc gấp cần phải đi xa trước khi đi ông ta gọi người lão bộc dặn:

- Ngươi ở nhà coi chừng cửa nẻo cho cẩn thận, xem lại dây buộc con lừa có chắc chắn không? Đừng để nó sút dây chạy mất. Sau khi người chủ đi rồi, ngày đó xóm lân cận có đàn ca hát xướng rất vui tai, người lão bộc thấy lòng rạo rực muốn đi xem hát. Sau một hồi suy nghĩ về lời chủ dặn, ông ta quyết định tháo cửa buộc trên lưng lừa, dắt lừa đi xem hát. Sau khi người lão bộc đi rồi. Kẻ trộm chui vào nhà vơ vét sạch tiền của đồ đạc không còn một mống. Hôm sau người chủ trở về thấy cơ sự như thế bằng hỏi. Tại sao lại có chuyện lạ đời như vậy. Người lão bộc thưa:

- Ông chủ bảo tôi giữ cửa, xem chừng dây buộc con lừa, giờ đây ba món ấy đều còn đủ không sót mất, ngoài ra tất cả tôi đều không biết.

Ông không biết được giữ cửa chính là giữ tài vật trong nhà.

Ngày nay biết bao người thờ Phật mà không giữ gìn đạo lý của Phật, không hành hạnh Phật ngược lại còn tin đồng bóng cầu đảo, thật không khác kẻ nô bộc đã mở cửa để cho giặc cướp xông vào lấy sạch thật đáng thương thay.

41.

Để dành sữa

Việc có thể làm hôm nay không nên để đến ngày mai.

Đừng hẹn đến tuổi già mới tu hành, làm việc thiện, vì ngoài nghĩa địa đâu chỉ dành riêng cho những người trên trăm tuổi.

Thời gian là hiện tại, quá khứ hay vị lai chỉ là một danh từ chỉ thời gian mô tả sự đã qua hay chưa đến của hiện tại mà thôi. Phúc điều đã sẵn hãy gieo hạt giống lành, chớ để mai kia hoang thảo mọc đầy, có gieo cũng không thu được quả tốt.

Kinh Bách Dụ Phật thuyết tại thành Vương Xá độ cho năm mươi vị học Phạn có câu chuyện rằng:

Thuở rất lâu xưa có một người dự định tháng sau đãi khách cần nhiều sữa bò tươi. Anh ta nghĩ mình nên dự trữ trước tránh sự thiếu hụt.

Nhà anh lại có con bò sữa rất tốt. Anh nghĩ, nếu

mỗi ngày tự vắt sữa và để dành, anh phải đóng một cái thùng bằng cây lớn. Hơn nữa để lâu sữa có thể hư, chi bằng để trong vú bò chắc ăn. Đến ngày đãi khách, vắt ra sữa hoàn toàn nóng tốt.

Thế là anh dắt bò con đi chỗ khác. Bò mẹ anh lo tắm bổ hằng ngày không vắt sữa nữa. Qua tháng sau đến ngày đãi khách anh dắt bò mẹ ra hẹn lấy sữa. Nhưng hoài công chẳng có được một giọt.

Người chần chờ dụ dự, làm việc gì cũng hẹn này, hẹn mai há lại khôn người để dành sữa bò đấy ư.

42.

Dạy và học

Theo thánh hiền ta xưa. Là người có ba điều khó làm, cần phải thành tựu đó là:

Nhỏ mà không học.

Lớn mà không đem sở học để dạy người.

Giàu mà không bố thí giúp người. Học ở đây không phải suốt ngày ôm sách vở tụng đọc hết cuốn nầy đến cuốn khác như con vẹt hay như cái máy mà là hiểu biết hành động nhuần nhuyễn như một.

Trong sách Thuyết Uyển có câu chuyện rằng:

Ông Công Tôn Minh đến học thầy Tăng Tử, ở nhà thầy đã ba năm mà không mấy khi đọc sách. Thầy Tăng Tử hỏi:

- Ngươi đến đây học đã ba năm, ta xem ý ngươi ít khi học tập sách vở như các anh em là tại làm sao?

Công Tôn Minh cung kính thưa rằng:

- Thưa thầy con vẫn học. Con thấy trong nhà trước

mặt song thân lúc nào thầy cũng tỏ ra hiếu thuận hòa nhã cho đến giống vật như chó mèo thầy cũng không quở mắng bao giờ, ấy thế mà chúng tự hòa lành.

Thầy ứng tiếp bạn bè ung dung nhưng lễ kính, kẻ dở người hay ai cũng được khiếp phục.

Thầy ở triều đình bề ngoài nghiêm trang trong bụng nhân từ chăm chú lo cho đất nước, không ái ố tư riêng người nào. Ba điều ấy con miệt mài học mãi mà chưa được, có đâu không học mà dám ở cửa nhà thầy.

Tăng Tử nghe đoạn bái tạ mà rằng:

- Ta nay không bằng ông.

Học như Công Tôn Minh là thực học.

Dạy như Tăng Tử là thực dạy.

Bái tạ học trò như Tăng Tử là một hành động siêu giáo dục, là một sự ban ân huệ, là một sự bố thí cao cả mà cả thầy lẫn trò tư cách phẩm hạnh đều được nâng lên làm bàng bạc tâm hồn người đọc về sử này. Thầy ấy, trò ấy, quả là những tấm gương để anh em chúng ta noi theo.

43.

Giết người dẫn đường

Ngày nay biết bao kẻ đi chùa lễ Phật, in kinh đúc tượng, bỏ ra một số tài sản rất lớn để xây chùa dựng tháp để mong cầu phúc lợi thọ trường; nhưng trong cuộc sống lại không từ nan một việc gì nếu nó đem lại cho họ tiền tài, công danh và địa vị. Thật đáng thương.

Kinh Bách Dụ có câu chuyện giết người dẫn đường. Xin kể lại để Đoàn sinh cùng Huynh trưởng suy gẫm.

Thuở xưa, có một đoàn thương gia dự định đến phương xa để tìm thị trường buôn bán làm ăn. Lộ trình đi phải vượt qua một cánh đồng hoang vu khó có thể xác định được phương hướng. Đồng hoang nhiều thú dữ và thảo khấu, cướp của giết người. Nên sau khi thảo luận học mướn được một thổ dân địa phương rất rành đường làm kẻ hướng đạo.

Cuộc hành trình bắt đầu. Sau một thời gian họ gặp

một miểu thần nằm sâu trong hoang mạc. Theo tục lệ ở đây, các đoàn lữ hành đều phải giết một người tế thần thì cuộc đăng trình mới bình an vô sự.

Trước tình thế như vậy họ hội kiến với nhau và chọn người dẫn đường làm vật tế phải giết đi. Kết quả họ đã lòng vòng trong hoang mạc và không còn ai sống sót để trở về hay vượt được hoang mạc đến vùng đất hứa như mong ước.

Tu đạo là chọn cho mình một người thầy dẫn đường (bậc đạo sư). Bậc đạo sư phải là kẻ từ bi, hoà ái đầy đủ trí tuệ. Hành động bạc ác bạo ngược tham đắm mê chấp là mở lối vào ba đường ác là khoá cửa nẻo về cực lạc an vui, là tự giết kẻ dẫn đường như bọn thương nhân ngu xuẩn vậy. Lại nữa, bàng an tự tại vô nhiễm là Phật.

Dấy động tâm tà, đắm say ngũ dục, tà kiến, bạc ác, hung hăng là giết Phật, bởi niệm lành không đến.

Suy nghĩ cạn mỏng không hướng về mục đích cao cả, thoát ly sanh tử mê lầm tìm đến cội nguồn giải thoát giác ngộ là Phá Pháp.

Không có tâm tam quy, sám hối, ăn năn, đến lúc sắp mạng vong cũng không hồi đầu cải hoá đó là kẻ Giết Tăng.

Bọn thương nhân và người tà kiến không học không tu, giết Phật Pháp, phá hại tăng nào có khác chi nhau.

Phật tử muốn là kẻ xứng đáng nên người chân chánh chớ có thân gần những hạng người như vậy. Ít nhất là trong giai đoạn sơ tâm học đạo hành đạo như chúng ta hôm nay.

44.

Phú ông cất lầu

Không nên chạy theo vật chất, vì vật chất làm hắc ám tâm trí. Không nên chạy theo thú vui ngũ dục vì lửa dục thiêu cháy kho tàng công đức.

Chạy theo vật chất và ngũ dục là đóng cửa tuệ giác bồ đề, là mở cửa sân si mê chấp.Những tưởng là ngoan khôn ưu việt chẳng biết rằng mình khờ dại chẳng khác gì câu chuyện "Phú Ông Cất Lầu" được ghi trong kinh "Bách Dụ" của Phật. Truyện kể lại rằng:

Vào một thời đã lâu xưa, có một phú ông vô cùng giàu có nhưng lại ngu si đần độn không biết việc gì. Một hôm nhân có ghé thăm một người bằng hữu, ông vô cùng sửng sốt trước căn nhà ba tầng lầu vô cùng xinh đẹp, và đẹp nhất là tầng lầu ba. Từ cách bài trí cho đến hoa kiểng, tạo thanh nhã thanh thoát, ông không cách nào diễn tả được.

Ông ta nghĩ "Với sự giàu có của mình thì có tốn

kém đến mấy ta cũng dư sức thực hiện". Khi về đến nhà, ông cho gọi một toán thợ danh tiếng và hỏi xem họ có thể thực hiện được một công trình như căn nhà bằng hữu của mình không? Người thợ cả đáp, họ dư sức làm những công trình còn quý giá và xinh đẹp hơn. Ông ta vô cùng mừng rỡ và quyết định:

- Hãy thực hiện cho tôi ở nơi đây tầng lầu thứ ba của căn nhà ấy.

Khi người thợ cả cho nhân công khuân tải vật liệu đến khu đất đã định mở móng xây tường được ít hôm thì lão phú ông đến thăm. Không thấy tầng lầu thứ ba được thiết lập, ông bằng hỏi người kiến trúc:

- Hiện tại ông đang làm gì đó?

- Thì tôi đang xây nhà lầu ba tầng cho ông đây.

- Tôi bảo anh cất lầu tầng ba cho tôi, sao anh lo khai nền mở móng làm gì?

- Nếu tôi không xây cất hai tầng dưới làm sao cất được tầng ba?

- Tôi không cần suy nghĩ lý luận gì cả. Tôi không cần làm hai tầng dưới, tôi chỉ cần tầng thứ ba mà thôi, và ông nên chóng hoàn thành cho tôi.

Người thợ cả chăm lo việc kiến trúc nghe xong,

không còn cách nào khác để làm cho phú ông hiểu được đành phải dừng thi công cất nhà.

Tu mà không thọ giới quy y, không cung kính thừa sự tam bảo, một lòng kiêu ngạo khinh tăng, hủy giới rồi bảo Phật tại tâm. Tâm tức Phật, trấn áp kẻ ít học bằng cái từ chương khoa cử bằng cấp của mình. Buông lung tâm tính mà lần Phật đạo, thật nào khác phú ông cất lầu là mấy. Cố gắng gẫm mà xem.

45.

Nương vọng hiển chân

Cuộc đời là huyễn vọng, vay mượn khi chu kỳ vay mượn ấy không sòng phẳng thì ốm đau, tật bệnh, còn chu kỳ ấy mà đình trệ thì tức thời bị tử vong.

Thí dụ như vào thì phải thở ra, ăn vào thì phải bài tiết cặn bã qua đường hậu môn, uống vào thì phải thải qua đường tiểu v.v. Cho nên sống trong huyễn vọng mà nói đến cứu cánh nát bàn, chân lý giải thoát mà không y cứ vào cuộc sống hiện tại để dẫn dụ thì không ai cảm hiểu được. Bởi vậy đọc chư kinh ta thường thấy, chương đầu giới thiệu lối cảnh không gian, thời gian, và duyên khởi. Nguyên nhân vì đâu, vì ai mà Phật thuyết kinh nầy. Kế đến mới thuyết yếu lý chơn kinh. Đến đây đại chúng trong đạo tràng nếu chưa hiểu thì Phật lại dùng dụ thuyết để dẫn nhập. Thính chúng căn cơ lớn, cảm nhận lại vì đại chúng tuyên thuyết dụ dễ hiểu hơn để dẫn dắt bạn đồng học và cũng để trình bày chỗ kiến giải của mình đặng Phật ấn chứng cho. Đó là cách nương vọng hiển chân vậy.

Do đó, phải bám sát thực tế, ví dụ cụ thể để hướng dẫn mọi người vào chánh kiến là điều cần thiết.

Ngày xưa Huệ Tử nói việc gì cũng hay thí dụ. Có người bảo với vua nước Lương "Nếu nhà vua không cho thí dụ thì Huệ Tử không nói gì được nữa."

Hôm sau vua đến thăm Huệ Tử nói:

- Xin tiên sanh cứ nói thẳng việc gì muốn nói, đừng thí dụ nữa. Huệ Tử nói:

- Nay có một người ở đây không biết nỏ là cái gì, mới hỏi hình trạng cái nỏ như thế nào? Nếu tôi đáp rằng: Hình trạng cái nỏ như cái nỏ, người ấy có hiểu không? Vua đáp:

- Hiểu làm sao được. Huệ Tử nói:

- Thế nếu tôi bảo người ấy giống như cái cung, nhưng có cán ở giữa để mũi tên, dưới đuôi mũi tên là cái lẩy cò để nhắm đã được xác định, thì người ấy có hiểu không? Vua nói:

- Hiểu được. Huệ Tử nói:

Khi nói với ai mà luôn đem cái người ta đã biết làm thí dụ với cái người ta chưa biết để khiến người ta biết. Nay nhà vua bảo tôi đừng thí dụ mà truyền đạt dẫn dụ cho người hiểu thì không được.

Kẻ nói hay nói giỏi mà không thể đơn cử những sự kiện cụ thể để chứng minh là kẻ lý thuyết suông. Ngay đến chính bản thân họ chưa rõ thực chất vấn đề. Rõ đấy là những kẻ tà ngụy không chơn chánh vậy.

46.

Giữ lễ trong xuất xử

Ở đời, chúng ta nên khiêm hạ giữ lễ trong mọi trường hợp tiếp xử không những với người trên mà còn cùng với người dưới nữa.

Luôn luôn giữ thân tâm an tịnh. Thắng không kiêu, bại không nản. Được không vui, mất không buồn, không thái quá, không bất cập thì không lời vậy.

Hàn Phi Tử đã ghi lại chuyện Di Tử Hà sau đây, đáng cho anh em ta suy gẫm.

Trước kia vua nước Vệ rất yêu Di Tử Hà, phép nước Vệ: "Ai đi trộm xe vua phải bị tội chặt chân". Vua nghe thấy khen rằng: "Thật là kẻ đại hiếu, vì hết lòng với mẹ mà quên cả tội chặt chân."

Lại nữa, một hôm Di Tử Hà theo vua đi chơi ngoài vườn, đang ăn quả đào, thấy thật là thơm ngọt, còn một nữa, Di Tử Hà dâng vua, vua bảo: "Thật chí tình yêu ta, của đang ngon miệng mà biết nhường ta."

Về sau Di Tử Hà không còn được vua yêu, một hôm nhân có một tội nhỏ, vua bèn kể tội:

Ngươi đã nhiều phen phạm tội đại nghịch. Hơn một lần thiện tiện dùng xe của ta. Lại khi đi dạo trong vườn dám cho ta ăn quả đào thừa, thật là đã mắc tội cùng ta lâu ngày. Nói xong bắt đem ra trị tội. Ôi Di Tử Hà trước sau ăn ở cùng vua chỉ một lòng thế mà tội phúc khác nhau.

Ở đây, ta không nên trách vua, không phải vì ông ta đúng lý, mà là một con người tầm thường, sự bội nghịch nơi lòng ông, thương trí hạ ngu ai cũng biết được.

Ta chỉ thấy việc oan của Di Tử Hà khiến rước họa vào thân mà thường nhân hay vấp phải.

Chúng ta hậu học nên lấy đó làm gương, đừng đi nhầm con đường cũ lối ấy.

Nguyên do chỉ vì Di Tử Hà lòng trung hậu, nhưng xuất xử không hợp lễ.

Trong cung đâu có phải mình vua mới có xe, gặp việc cần thì liều lấy xe vua.

Quả đào nào đâu phải vật lạ, và lại cây đào nào riêng chỉ có một quả mà phải dâng vua trái đào ăn dở dang.

Ăn ở không giữ lễ lâu ngày thành quen đi không còn tôn ti trật tự. Thương nhau ta bỏ qua, nhưng bàng quang thiên hạ thì không chấp nhận được.

Hơn nữa quan hệ giữa vua và Di Tử Hà là quan hệ trên trường chánh trị. Cung cách cư xử của mỗi người đều có ảnh hưởng quan trọng đến quần chúng và thể thống của một quốc gia.

Người hiểu biết nên thận trọng giữ lễ trong xuất xử ở đời vậy.

47.

Đốt áo

Phật dạy:

"Thân người khó được, Phật pháp khó nghe, thiện trí khó gặp". Nay đã hội đủ thì nên tấn tu vun bồi cội phúc, chớ nên để lỡ trăm ngàn muôn kiếp khó gặp được.

Việc phải lo là liền sanh thoát tử, đạt đến chỗ vô sanh, ắt không tử, được chỗ thường còn vĩnh cửu an vui.

Chớ nghe lời ngoại đạo, chuyên tu luyện pháp thuật thần thông biến hoá bỏ phí tuổi đời, khi buông tay, hối cũng không kịp, nghiệp lực trói buộc thác sanh vào tam đồ, biết đến bao giờ mới có thể giải trừ được.

Lại đã từng nói: Thân người là huyễn, công danh địa vị tiền tài là vọng. Theo vọng phụng huyễn, xa lìa chân tánh là mê hành động như vậy là u tối ngu xuẩn, giống như anh chàng đốt áo trong kinh Bách

Dụ.

Thuở xưa, có một người nghèo, làm thuê để dành may được một chiếc áo ngắn bằng vải thô. Khi y mặc ra đường người khác thấy hỏi rằng:

Hình dung mặt mũi của anh xinh đẹp như vậy chắc là con nhà giàu sang. Tại sao lại mặc áo vải thô. Tôi nay có cách giúp anh có được quần áo tốt, nhưng anh phải tin tôi. Tôi không bao giờ dối anh cả. Người nghèo nghe lòng dạ rất đỗi vui mừng:

- Tôi nhất định nghe theo lời anh.

Người kia bằng nhóm lửa bên đường mà rằng:
- Anh hãy đem cái áo vải xấu bỏ vào lửa đốt đi. Sau khi áo vải cháy rồi, anh nên dứng đợi một chút, tức khắc có quần áo đẹp cho anh.

Người nghèo y lời, cứ đem áo xấu, mới của mình bỏ vào lửa đốt, đốt xong đi qua đi lại đợi chờ mà vẫn không thấy bộ quần áo đẹp hiện ra.

Áo mới không có, mà áo cũ đã mất rồi.

Thần thông phù chú rồi cũng đến bỏ, khi hai tay buông xuống, hơi thở đi ra mà không trở lại.

48.

Chạy trốn

Trong kinh Phật dạy: "Tội lỗi không có rễ", chỉ vì tâm vọng động mê lầm khởi phát. Cho nên đem cái tâm vọng động chướng ngại đó mà sám hối để được thanh tịnh thì tội chướng cũng được tiêu trừ, căn lành nhờ đó mà được phát triển tăng trưởng.

Không sám hối, tức không thấy được lỗi lầm thì không tránh được sai phạm trong tương lai, tiếp tục gây nhân tạo nghiệp biết đến bao giờ mới thoát được sanh tử phiền não khổ đau.

Tội lỗi vốn không có rễ, nên nó là một tướng huyễn. Tướng này do mê muội ngộ nhận mà được sanh thành.

Sự ngộ nhận đó không khác câu chuyện "Chạy Trốn" trong Kinh Bách Dụ. Chuyện kể lại rằng: Thuở xưa, tại nước Căn Đà Vệ, có một đoàn tuồng ca kịch. Nhân vì trong nước phát sinh nạn đói hiểm nghèo, nên đoàn nầy chuẩn bị hành trang ra nước ngoài biểu diễn. Lộ trình phải vượt qua núi Bà La Tân. Nghe đồn rằng trong núi nầy có con quỷ La Sát hay ăn thịt người, nhưng đoàn nghệ sĩ đến núi thì trời đã tối. Đoàn hát phải ở lại trên núi đốt lửa canh chừng, chia phiên trực gác cẩn thận. Nửa đêm, một người trong bọn đang phiên gác bỗng lên cơn sốt rồi sau đó lạnh run, chịu không nổi, anh ta đến rương đồ lấy đại một bộ choàng lên người cho đỡ lạnh, lại đúng nhằm bộ đồ hoá trang làm quỷ La Sát.

Lát sau một người khác trong bọn thức giấc ngóc đầu nhìn, thấy bên đống lửa có quỷ La Sát ngồi. Hoảng quá, anh la lên có quỷ La Sát rồi co giò chạy nhanh, mọi người thức giấc nghe nói vậy cũng hoảng chạy, cuối cùng anh mặc đồ La Sát cũng phải chạy theo đồng bọn. Đoàn người vừa chạy, vừa nhìn lui, cứ thấy quỷ La Sát bám riết theo mình thì hết hồn, băng rừng, qua khe, vượt suối. Khi trời sáng tỏ, họ mới nhận ra quỷ La Sát chính là bạn mình. Lúc đó họ mới hoảng hồn kêu gọi nhau dừng chân nghỉ ngơi. Rõ thật: "Khi thân tâm vọng động, cửa ngõ trí tuệ bị cài then". Cánh cửa vô minh phiền não được mở rộng. Ánh sáng tỏ rõ của mặt trời chiếu xuống. Bộ mặt thật của quỷ La Sát được hiển bày. Đó là bạn đồng hành của mình.

Tổ Đạt Ma có nói trong Ngộ Tánh Luận rằng:

Phàm phu chuyên động niệm, như đoàn nghệ sĩ mới thức giấc.

Nhị thừa - thanh văn duyên giác giống như người nghệ sĩ khi biết quỷ La Sát chỉ là do ngộ nhận.

Kẻ đại trí phải biết tiến lên bước nữa rời hẳn cả hai bờ "động tĩnh" mới có thể thâm nhập đạo lý bồ đề, đắc vô sanh, pháp nhẫn trọn nên đạo vô thượng chí tôn, chí minh vậy.

49.

Tìm vàng dưới nước

Phàm ở đời, người ta cho rằng tiền tài, địa vị đem lại công danh, sự nghiệp có thể đem lại hạnh phúc cho con người. Cho nên người ta hì hụi để kiếm tiền, để tạo uy tín, hầu đạt địa vị cao trong xã hội, tài sản chồng chất, và không có cái gì họ từ nan, nên đã tạo biết bao nghiệp chẳng lành.

Đời người hạn cuộc trong năm, bảy chục năm, hay trăm năm trở lại. Khi nhắm mắt lìa đời thì chỉ có hình hài nầy đơn lẻ đi vào lòng đất lạnh. Nào có còn đem theo một thứ gì để tiếp tục xài dùng ở một thế giới mới, một quốc độ mới được đâu.

Kinh Bách Dụ gọi những nỗ lực của người đời để xây dựng hạnh phúc không khác kẻ tìm vàng dưới nước trong câu chuyện sau đây:

Thuở xưa có một người đi trên bờ ao, nhìn xuống nước, anh thấy dưới đáy ao có thỏi vàng lấp lánh, mừng rỡ quá anh vội lội xuống nước để nhặt nhưng lại không mò tìm thấy được. Nhưng lên bờ, đợi nước trong anh lại thấy thỏi vàng như cũ. Nhiều lần lặng xuống rồi trèo lên, mệt phờ ngồi nghỉ. Lâu sau người cha đi tìm con, qua đấy thấy anh mệt lả bằng hỏi. Anh đem tự sự kể lại rồi dẫn cha lại bờ ao chỉ cho cha xem. Người cha xem xong biết chắc thỏi vàng dưới nước là cái bóng, còn thỏi vàng thật sự là ở trên cành cây cạnh bờ ao. Ông bảo con:

- Hãy trèo lên cây tìm vàng thử sao?

Người con không hiểu hỏi cha rằng:

- Rõ ràng vàng ở dưới nước sao cha bảo con tìm ở trên cây?

Người cha nói:

- Trong nước chỉ có cái bóng của thỏi vàng. Còn vàng nhất định ở trên cây. Chắc một chú chim nào đó, tưởng thỏi vàng là một thứ trái cây nên tha để trên cành cây mổ ăn, nhưng ăn không được nên bỏ lại.

Người con nương theo bóng mình dưới nước, vừa leo lên cây, vừa tiến gần đến thỏi vàng và kết quả anh đã tìm ra thỏi vàng.

Vàng dưới nước chỉ là bóng dáng của thỏi vàng thật.

Hạnh phúc chỉ có ở trên cây công đức. Đó là thứ

cây thành tựu báo những công việc thiện lành.

Lội xuống ao là xuôi theo dòng đời, theo ngũ dục, theo tham lam, sân hận, si mê. Nó khuấy động phiền não dục vọng, vóng dáng của hạnh phúc còn không thấy được đừng nói chi đến một thứ hạnh phúc an lạc thật sự.

Hãy suy gẫm mà chọn cho mình một hướng đi về nguồn. Đức Phật là đấng cha lành đã dạy cho ta con đường trở về tự tánh thâm mật vi diệu ấy vậy.

50.

Không kỳ thị tôn giáo

Sống đạo, tu đạo, hành đạo, học đạo nghiêm chỉnh, đó là cách truyền giáo chân chánh.

Kỳ thị tôn giáo là trực tiếp hay gián tiếp xác nhận cùng mọi người là đạo lý của chính mình, đạo mình thua hoặc không bằng đạo lý, đạo giáo của kẻ khác.

Đứng về phương diện đạo đức con người, tôn giáo nào cũng có một hệ thống giáo dục con người hoàn thiện hơn, tốt đẹp hơn, đạo lý xã hội, từ đó quần chúng đương thời mới ký thác đời mình, nương nhờ vào đó mà có cuộc sống tinh thần thoải mái, an lạc, hạnh phúc hơn.

Đứng về mặt nhận thức. Đạo Phật cho rằng: Chân lý là tánh thường còn của vạn vật. Chúng sanh có tánh thường còn, đó gọi là Phật tánh.

Sở dĩ ta không trực ngộ được tánh Phật ấy vì vô minh, mê lầm từ nhiều đời kiếp che mờ khuất lấp.

Ví như ta có một gia sản to lớn, tiện nghi lương thực, thực phẩm dư thừa, no đủ, nhưng chẳng may chúng ta bị mất ánh sáng, quờ quạng, lo lắng đói khát, nếu ánh sáng trở lại thì rõ thật không thiếu thứ gì.

Chúng sanh có đầy đủ khả năng để thành Phật, vì ai ai cũng có phật tánh. Ăn ở thất đức, nói năng hành động thô bạo gây đau khổ tổn hại cho người là xúc phạm đến Phật, là tự chối bỏ Phật tánh của mình, là phản bội với chính ta. Đó là kẻ tà kiến.

Chúa bảo: Chúa đã sáng tạo ra con người, và chính Chúa đã hà hơi vào đó cho con người một sự sống. Nên tất cả con người đều có hơi hám của thượng đế, đều là con của đấng hằng có. Kẻ nào ăn ở bất nhân đánh đập gây đau khổ cho người anh em, là từ chối Chúa nhân từ trong trái tim mình, kẻ ấy có tội.

Đức Phạm Thiên thì cho rằng tất cả con người không đồng giai cấp, chính vì được sinh ra từ thân Phạm Thiên. Như vậy có nghĩa là con người có cùng một nguồn gốc, cùng là những cơ quan, bộ phận của một thân thể. Hoà thuận, tương thân, ái kính nhau thì cơ thể khoẻ mạnh. Chống kích nhau, sự kiện ấy chưa từng có. Kẻ nào làm ngược lại như vậy là trái đạo.

Như vậy trong một tổng thể được suy diễn: Phật -

Chúa - Phạm Thiên chính là lòng nhân ái trong mỗi cá nhân con người.

Tin Phật - Kính Chúa - Trọng Phạm Thiên, mà hạnh động sai quấy ác độc, ấy là kẻ dối đạo gạt đời, chắc chắn sẽ bị ác báo.

Trong bất cứ tôn giáo nào đức tin cũng là kim chỉ hướng cho thuyền đời ra khơi. Tin thì phải học, học xong thì phải thực hành. Nghĩa là hoàn thiện tư cách cá nhân, đó là cách góp phần để xây dựng xã hội.

Trong tôn giáo nào cũng có sự phân tông lập phái, lập dòng khác nhau. Đừng đem tâm địa phàm nhân xuyên tạc là họ đã chia rẽ, chống kích bất đồng, mà là tùy theo căn cơ trình độ và kiến thức thế gian mà tận dụng sở trường của mình để thực hiện sự học đạo, sống đạo, tu đạo, làm cho tôn giáo thêm phần phong phú.

Giá trị của tôn giáo cũng như các giáo phái, giáo hệ, tông dòng là ở chỗ giáo dân và sứ giả có nhất tâm quyết chí thực hiện đúng với bản hoài của vị giáo chủ cùng chư lịch đại tổ sư hay không.

Đời nay kẻ theo Phật mà không nghiêm giữ giới luật tịnh hạnh không phải là ít.

Kẻ theo Chúa mà bán linh hồn cho quỷ, đâu có

thiếu gì.

Cho nên người Phật tử không nên xem những tệ trạng nếu có trong tôn giáo bạn mà có lời phạm đến thanh danh tôn giáo bạn. Ngược lại phải chân thành cởi mở góp phần chống các tệ trạng trong tôn giáo. Bằng không nên hằng xét lỗi mình, đừng nói lỗi người.

Nói dễ, làm khó, nhưng chỉ khó khi tư tưởng chưa thống nhất. Tuổi trẻ phải có ý chí bất khuất. Tâm hồn phải phóng khoáng. Tất cả vì lợi lạc quần sanh mà nhất tâm hành động. Thế nào Phật sự cũng viên thành.

51.

Chánh biến tri

Chỉ còn một tuần lễ nữa là chúng ta sinh hoạt đúng một năm. Huynh trưởng, Đoàn sinh nên làm gì, nghĩ gì để xây dựng cho mình một kiến thức, một tư duy đúng, làm cơ sở để hành động đúng chánh pháp. Không cô phụ tấm lòng từ mẫn ưu ái của tăng già, quý vị phụ huynh, của bác gia trưởng và các anh chị đã ủy thác lèo lái đơn vị cho chúng ta.

Thế gian cho rằng, vạn vật xe cộ cây cối sinh hoạt xuất hiện trên mặt đất là hữu lý, là đúng.

Ăn ở có hiếu nghĩa, gia đạo an vui, hạnh phúc, dân giàu nước mạnh là đúng. Cả hai nhận thức trên là đúng nên gọi là CHÁNH. Nhưng nếu có dịp ngồi con tàu vũ trụ ra ngoài quỹ đạo của quả đất, nhìn qua kính viễn vọng, ta sẽ thấy rằng vạn vật và con người như có chất keo bám vào quả đất chổi đầu vào hư không mà không rớt. Sự lộn ngược, không thuận đó, thuật ngữ nhà Phật gọi là Điên Đảo.

Tư tưởng an hưởng trụ vào hạnh phúc, thế gian đó với sự đắm nhiễm bằng lòng thì vĩnh kiếp cũng không ra khỏi tử sanh phiền não, luân hồi. Là ngược lại với tiến trình giải thoát, không chịu xả hy nên cũng là Điên Đảo.

Như vậy con người chúng ta hôm nay đang sống trong thế giới chánh Điên Đảo.

Cho nên những suy tư hiểu biết lý luận thuật ngữ nhà Phật gọi là Điên Đảo Tưởng. Phật dạy: Muốn đến chỗ giác ngộ phải biết xa lìa Điên Đảo.

Nhưng muốn xa lìa điên đảo ta phải làm sao? Tổ dạy: "Hãy hằng xét lỗi mình - Không nên tìm lỗi người". Hằng xét lỗi mình thì ngày một thêm tinh tấn. Không thấy lỗi người thì ngày một thêm khoan thứ bao dung bình đẳng. Lấy thân giáo để hướng dẫn, người tổ dạy đó là "dĩ thân tác chứng, dĩ thân tác chúng" vậy.

Tất cả hành động và tư duy của người Phật tử nhằm trong sạch hoá thân tâm để ngọn đuốc trí huệ khơi sáng. Đó là con đường chánh Biến Tri. Con đường rèn luyện bản thân, tinh tấn làm việc tốt đẹp, gieo nhân hạnh thiện lành, sẵn sàng nhận lãnh những tai ách với tâm địa hoan hỷ, không thoái xuất niềm tin cho đến khi nào trong dòng sinh mệnh của chính mình không còn một chứng tử bất thiện và từ đó ta và chơn thể của vũ trụ là một, mà là tất cả, vì tánh chu biến rộng khắp. Thì nhất cử, nhất động đều không sai chánh pháp, nên gọi là MINH HẠNH TÚC, đi đến bờ giác ngộ, đến cảnh giới nát bàn, tịch tỉnh nên gọi là Thiện Thệ. Hiểu rõ tất cả nguyên nhân sinh khởi cũng như sự hoại diệt chuyển lưu của chúng, hữu tình lẫn vô tình không sai sót, nên gọi là Thế Gian Giải. Đúng là bậc trí tuệ cao tột không ai bằng, nên gọi là Vô Thượng Sĩ. Có thể kiểm chế khuất phục những thể loại chúng sanh ma ác chướng nghịch nên gọi là Điều Ngự. Tự thắng mình, thắng người đó là bậc Trượng Phu. Đó là bậc thầy của chư thiên tiên và nhân loại. Thiên Nhơn Sư, chỉ có đấng Đại Giác Phật.

Không phê phán, không nói về lỗi lầm của người, gặp nhau khai tâm mở trí sách tấn nhau tu tiến. Đó là con đường làm Phật của Phật tử chúng ta.

52.

Sống đạo

Thành thật và hiền lương là tên lính canh tốt không để tam độc xâm lấn thân tâm. Tâm hư không là gươm báu diệt giặc ngũ dục. Hạnh lành như bạn hiền, nhiếp phục được tà vạy trái ngang, trưởng dưỡng công đức. Ý thức đua ganh lòng vọng động là kẻ thù số một của những ai quyết liều sanh thoát tử.

Có tên lính tốt, có gươm báu, có bạn hiền, phân định được chánh tà, ta hội đủ thắng duyên để vui đây Ta Bà, về nhà cha Cứu cánh nát bàn nhất định không lạc lối.

Câu chuyện ăn bánh độc trong kinh Bách Dụ làm nổi bậc những nét cương yếu nầy và cho ta thấy rõ chướng ngại chính trong lớp áo bạn đồng sự. Một thứ sư tử trùng.

Chuyện kể lại rằng: "Thuở xưa, có người đàn bà không yêu chồng mà lại có ác cảm. Chị muốn ly thân nhưng luân lý đạo đức và pháp luật thời ấy không cho phép. Do đó chị tìm mọi phương kế để hại chồng. Anh chồng lại rất yêu thương vợ, nhưng không nồng nàn trong chăn gối. Anh hoàn toàn không hay biết hay có tư tưởng xấu về vợ.

Ngày kia, người chồng có chuyện phải đi nước ngoài lâu ngày mới trở về. Khi được chồng báo tin, chẳng những không buồn mà lại vui vì có cơ để thực hiện ý đồ hại chồng. Chị thức suốt đêm làm năm trăm cái bánh, trong bánh có loại thuốc độc mạnh.

Sáng ngày chị bỏ vào giỏ cẩn thận tiễn đưa chồng mà rằng: "Anh nên bảo trọng lấy thân. Khi nào đói lắm hãy dùng bánh này lót dạ. Đường núi nhiều chướng ngại, chàng lên đường bình an và ngày về sẽ không xa".

Anh chồng rất mực cảm động, tỏ dạ bùi ngùi khi chia tay.

Qua một ngày anh đã đến vùng biên giới, tối hôm sau anh đến khu rừng sắp vào lãnh thổ nước bạn. Anh để đãy bánh dưới gốc cây, và trèo lên cao, tìm chỗ kín đáo, an toàn ngủ cho khoẻ, không sợ mãnh thú.

Đến giữa khuya, có một bọn cường đạo, vừa lấy trộm kho báu của nhà vua nước láng giềng và lấy luôn năm trăm con ngựa của hoàng gia vận tải số của báu nầy băng qua chỗ anh đang ngủ. Đến đây như nắm chắc rằng việc làm ăn của mình đã trót lọt, chúng dừng chân nghỉ ngơi. Tên đầu đảng phát hiện có giỏ đồ, bảo bộ hạ lục ra coi, thì ra một giỏ bánh, vừa đủ năm trăm cái, chúng cho rằng trời đã có con mắt hộ trì chúng nên chia đều mỗi đứa một cái ăn và luôn miệng khen ngon. Ăn xong chúng nằm lăn ra đất ngủ khò, và sẽ chẳng bao giờ thức dậy.

Sáng hôm sau hoàn hồn, khi thấy tất cả đều chết thật. Anh bằng cầm con dao bén đâm một nhát rồi cột hết đàn ngựa con nầy sang con khác cởi về dâng cho vua nước láng giềng mong được lãnh thưởng.

Khi đi được nửa độ đường thì gặp binh lính hoàng gia đi truy tìm thủ phạm. Đoàn quân hộ tống chàng về hoàng cung ra mắt vua. Vua bảo:

- Ngươi là ai? Ngươi đã gặp bọn cướp ở đâu, và bằng cách nào đã giết được bọn cướp và đem báu vật hoàn trả cho ta.

- Muôn tâu, tôi là người ngoại quốc, nghe nước của ngài cường thịnh lòng người lại nhân ái nên định qua kiếm việc lương thiện làm ăn. Khi đến khu rừng cận biên giới kia là trời đã vào đêm. Tôi gặp bọn cướp, và kịch chiến, kết quả bọn họ đã bị tôi giết sạch. Hiện thi thể họ còn ở đó, và tới đem tất cả cho bệ hạ, mong rằng bệ hạ sẽ ban ân hậu hỉ. Kẻ nghèo nầy đang mong chờ vậy.

Vua không vội tin liền cho quân thám báo đi xem thực hư thế nào. Ngày sau quân báo về tâu lại sự thực đã đúng như vậy. Vua mừng lắm, cho là điều chưa từng có. Bèn hậu đãi và cho quyền tước cai quản một địa phương.

Các quan cận thần can dán vua chớ nên dùng người nước ngoài, cùng nói không tốt về anh. Anh thì biết bọn họ hèn nhát, ganh tị, vô tài, nếu có tài thì làm sao bọn cướp kéo cả đoàn vào cung cướp phá mà không biết cũng như không chặn bắt được nên thách thức họ. Họ thì thấy anh chỉ có một con dao nhỏ mà hạ cả năm trăm tên khiếp sợ im re. Tuy nhiên, họ vẫn luôn tìm kế hại anh.

Duyên vì tại một cụm rừng cách hoàng cung khoảng nữa ngày đường đi, có một con sư tử hung ác phi thường, gây biết bao tang tóc cho dân chúng quanh khu rừng ấy. Đã nhiều thợ săn và dũng sĩ được phái đến đây nhưng kẻ ra đi thì có mà trở về thì không. Do vậy họ tâu lên vua.

Người ngoại quốc có dũng lực phi thường ấy, may ra có thể trừ được con sư tử hung ác đem lại sự an lạc cho dân chúng nước ta trong vùng. Vua đồng ý ngay, gọi anh ta đến ban cho một cây kiếm và một cây côn ra lịnh cho anh vào rừng giết sư tử.

Biết không thể chối từ, anh nhận gươm báu, hành trang lên đường, vì sợ oai sư tử không ai dám vào, chỉ mỗi mình anh vào rừng từ sớm. Khi sư tử phát hiện ra anh liền xông tới. Sư tử chồm lên cây há miệng đỏ lòm răng nanh chơm chởm, hoảng quá anh run cầm cập và đánh rơi cây gươm báu, chuôi sâu vào cổ họng. Đau đớn, sư tử lồng lộn lên, gươm báu xoáy nát tim gan và chết liền tại chỗ.

Anh thót xuống ra khỏi khu rừng, quan quân vẫn còn chờ ở đó, anh báo tin họ vào đem xác sư tử ra, và từ đó anh được mọi người kính yêu.

Yêu đời thanh sạch không tà tâm nghiệp thức không có chỗ tái sinh.

Buông xả thì ngũ dục không có chỗ khởi phát.

Buông xả là vết chém đối trị ngũ dục.

Vô cớ não hại người sẽ gặt quả báo vô cùng ác hại.

Ganh ghét, nói xấu mưu chước hại người là giúp người mau thành chánh quả, và đưa ta thoái lui khỏi nhân vị làm người.

Một năm đã trôi qua.

Chúng ta thêm một tuổi đời.

Chúng ta thêm một tuổi đạo.

Chắc chắn, mọi ưu phiền âu lo sẽ qua đi và niềm an lành hoan hỷ sẽ mãi mãi đến với chúng ta. Thân ái cùng Huynh trưởng và đoàn sinh thân yêu.